I0155374

கார்காலம்

கார்காலம்

என். சொக்கன்

கிழக்கு

கார்காலம்
KaarKaalam
N. Chokkan ©

First Edition: July 2017
96 Pages
Printed in India.

ISBN: 978-93-86737-04-5
Kizhakku - 1010

Kizhakku Pathippagam
177/103, First Floor,
Ambal's Building, Lloyds Road
Royapettah, Chennai 600 014.
Ph: +91-44-4200-9603

Email : support@nhm.in
Website : www.nhm.in

 kizhakkupathippagam
 kizhakku_nhm

Author's Email: nchokkan@gmail.com

Kizhakku Pathippagam is an imprint of New Horizon Media Private
Limited

This book is sold subject to the condition that it shall not, by way of trade or
otherwise, be lent, resold, hired out, or otherwise circulated without the
publisher's prior written consent in any form of binding or cover other than
that in which it is published and without a similar condition including this the
rights under copyright reserved above, no part of this publication may be
reproduced, stored in or introduced into a retrieval system, or transmitted in
any form or by any means (electronic, mechanical, photocopying, record-
ing or otherwise), without the prior written permission of both the copyright
owner and the above-mentioned publisher of this book.

சாரதி சதீஷுக்கு

முன்னுரை

நானொரு மென்பொருள் எழுத்தாளனாயிருந்த நேரம். நாளுக்கு நாள் மாறும் அதன் நுட்பங்களையெல்லாம் கவனமாகப் படித்துத் தெரிந்துகொண்டு முன்னேறிக்கொண்டிருந்தேன்.

திடீரென்று, ஒரு பழைய நண்பர் என்னை அழைத்தார், 'பெங்களூர்ல எங்க கம்பெனியில ஒரு வேலை இருக்கு. வர்றியா?' என்றார். அவர் சொன்ன சம்பள விவரங்களும், பெங்'குளூரு' என அறியப்பட்டிருந்த கர்நாடகத் தலைநகரிலே பணிபுரியும் வாய்ப்பும் என்னை ஈர்த்தது. சம்மதித்தேன்.

வேலையில் சேர்ந்த முதல் நாள், என் புதிய மேலாளர் என்னை அழைத்தார், 'இனி நீ மென்பொருள் எழுதுபவன் இல்லை, மென் பொருள் ஆலோசகன்' என்றார். அதாவது, இனிமேல் நான் மென்பொருள் எழுதவேண்டியதில்லை. பிறர் எழுதிய மென் பொருளை வாடிக்கையாளர்களுக்கு நிறுவிக்காட்டி, அதிலிருக்கும் பிரச்னைகளைச் சரிசெய்தால் போதும்.

மேலோட்டமாகப் பார்க்கும்போது, இது எளிய வேலைபோல் தெரிகிறது. ஆனால், யாரோ எழுதிய மென்பொருளை யாருக்கோ செயல்படுத்துவது மிகக் கடினமான பணி. அதைவிட முக்கியமாக, இதில் பயணங்கள் ஏராளம். அதுவும், திரும்பிவரும் தேதி தீர்மானிக்கப்படாத பயணங்கள். பிரச்னையைத் தீர்ப்பதற்காக வாடிக்கையாளரின் அலுவலகத்திலேயே நிரந்தரமாகக் குடியிருக்க வேண்டியிருக்கும். அவர்கள் முகத்தில் புன்னகை பிறக்கும்வரை ஊருக்குத் திரும்பமுடியாது.

இதனால், நான் மாதத்தில் இருபது நாள்கள்வரை அலுவல்நிமித்தம் வெளியூரில் உட்கார்ந்திருந்தேன். இஷ்டத்துக்கு விமானத்தில் பறக்கலாம், நட்சத்திர விடுதிகளில் தங்கலாம், மூன்று வேளையும் ஓசிச் சாப்பாடு, மாலை நேரங்களில், சனி, ஞாயிறுகளில் கம்பெனி செலவில் ஊர் சுற்றலாம் என்று ஆரம்பத்தில் 'ஜாலி'யாக இருந்த இந்தப் பயணங்கள் கொஞ்சம்கொஞ்சமாகச் சலிப்பாகின. கிட்டத் தட்ட இதே நேரத்தில், எனக்குத் திருமணமானது. இதனால், ஒவ்வோர் அலுவல் பயணத்தின்போதும், மனைவியைப் பிரிந்து செல்கிற கூடுதல் மன அழுத்தம்.

அப்போதெல்லாம் என்னுடைய பயணங்களின் வேகமும் நீளமும் அதிகரித்ததேயன்றிக் குறையவில்லை. பல நேரங்களில் முதல் பயணத்தின் பெட்டியைப் பிரிக்குமுன்பே அடுத்த பயணம் கிளம்பிவிடுவேன். ஆனால், இதை மாற்றுவதற்கு என்னால் எதுவும் செய்யமுடியவில்லை. அதுதான் என் வேலை, அதைச் செய்தால்தான் சம்பளம்! அந்தத் தினங்களின் பதிவுகள்(கிட்டத்தட்ட, நாட்காட்டிக் குறிப்புகள்)தான் 'கார்காலம்' என்கிற இந்த நாவல்.

சங்க இலக்கியங்களில் தலைவர்கள் தத்தம் தலைவியரைப் பிரிந்து பொருள் சேர்க்கச் செல்லும்போது, 'கார்காலத்தில் திரும்பி வருவேன்' என்று சொல்லிவிட்டுச் செல்கிறார்கள். ஆனால், பெரும்பாலான தலைவர்கள் கார்காலத்தில் திரும்பி வருவது இல்லை, அதற்குள் அவர்களுடைய வேலை முடிவதில்லை, ஆகவே, திரும்பிவராமல் தாமதப்படுத்துகிறார்கள், அதனால் அவர்களுடைய தலைவியர் வாட, பல அருமையான பாக்கள் நமக்குக் கிடைக்கின்றன. நான் இன்றைய நவீன சூழலில் இதைக் கொஞ்சம் திருப்பிப்போட்டு, கார்காலத்தில் திரும்பமுடியாத கட்டாயத்தில் உள்ள அந்தத் தலைவர்களின் அனுபவத்தை, மனவோட்டத்தை எழுத நினைத்தேன்.

பிரிவின்போது கார்காலக் குளிரும் வேதனைதானே? ரொம்ப நேரம் தொடர்ந்து மழையில் நனைவதும் எரிச்சல்தானே? அந்த 'நசநச'ப்புதான் இந்த நாவலின் மையவுணர்வு.

அது நிற்க. இப்போதும் நான் மென்பொருள் ஆலோசகன்தான். ஆனால், வெளியூர் செல்வதில்லை; அதற்கு என் குழுவில் சின்னப்பையன்கள், பெண்கள் நிறையப்பேர் வந்துவிட்டார்கள். அவர்களை அனுப்பிவைத்துவிடுகிறேன். நாளைக்கு அவர்கள் அவரவர் மொழியில் தங்கள் கார்கால உணர்வுகளை எழுதக்கூடும்.

பொருள் உள்ளவரை, பொருள்தேடிப் பிரிவதும் இருக்கும், வேதனையும் இருக்கும், அதனால் உறவுகள் நெருக்கமாவதும் தொடரும். எல்லாவற்றையும் அனுபவிக்கவேண்டியதுதான்!

என். சொக்கன்
பெங்களூரு

1

இந்த ஆட்டோ டிரைவரும் நிர்தாட்சண்யமாக மறுத்து விட்டான்.

அவன் புழுதி கிளப்பிச் சென்றபின்னர், அதே குனிந்த கோலத்தில் சிறிது நேரம் பரிதாபமாக நின்றிருந்தான் அரவிந்தன். வழக்கமாக இந்த நெடுஞ்சாலையில் காரும், லாரியுமாக தூள் கிளப்புகிற போக்குவரத்து, ஞாயிற்றுக் கிழமையின் சோம்பலில் வெறிச்சோடிக் கிடந்தது.

ரோட்டில் எத்தனை தொலைவுக்குப் பார்வையை விரட்டினாலும், அங்கொருவரும், இங்கொருவருமாகச் சோகையான பிம்பங்கள் மட்டுமே தென்பட்டன. கண்ணுக்கெட்டிய தூரம்வரை வேறு ஆட்டோக்காரர்களைக் காணவில்லை. எல்லோரும் ஒரே நேரத்தில் மொத்தமாக எங்கே ஒழிந்தார்களோ தெரியவில்லை.

சலிப்போடு கடிகாரத்தைப் பார்த்துக்கொண்டான் அரவிந்தன், தலைகீழாகக் கவிழ்ந்துகிடந்த முட்கள் ஏழரையைத் தொடத் துடித்துக்கொண்டிருந்தன. எட்டு ஐம்பத்தைந்துக்கு விமானம், எட்டு மணிக்குள் அவன் விமான நிலையத்தில் இருந்தாகவேண்டும். இந்த நேரம் பார்த்து ஆட்டோ கிடைக்காமல் அவஸ்தை.

பிளாட்ஃபாரத்தின்மீது ஏறி நின்று, தூரத்தில் ஏதேனும் ஆட்டோவோ, டாக்ஸியோ வருகிறதா என்று பார்த்தான்

அரவிந்தன். ம்ஹூம், சாலையின் இருபக்கமும் மங்கலான வெளிச்சம் வழியும் கடைகள்தான். எங்கோ தொலைவில் ஒரு பச்சைப் பேருந்து, அதற்குச் சில நூறு மீட்டர்கள்முன்பாக ஒரு சைக்கிள், மற்றபடி தார்ச் சாலை தனிமையின் இருளில் மேலும் கறுத்துக் கவிழ்ந்திருந்தது.

அரவிந்தனுக்கு எரிச்சலாக வந்தது. அவனால் முடிந்தவரை இந்த மும்பைப் பயணத்தைத் தவிர்க்கப் பார்த்தான். ஆனால், ஏதேதோ சமாதானங்களைச் சொல்லி, கடைசி நேரத்தில் கையில் விமான டிக்கெட்டைத் திணித்து அனுப்பிவிட்டார்கள்.

இப்போது கிளம்பிச் சென்றால், மீண்டும் திரும்புவதற்கு ஒரு வாரமாகிவிடும். அதற்குமேல் என்றாலும் ஆச்சரியப்பட முடியாது, மறுக்கமுடியாது. மாதத்தில் இருபது நாட்களுக்குமேல் வெளியூர்த் தண்ணீரைக் குடிக்கதான் அவனுக்கு விதித்திருக்கிறது.

அவனுக்குப் பத்து நாட்களுக்குத் தேவையான அலுவல் உடைகள், கைலி, துண்டு, சவர உபகரணங்கள், ஷூ, சாக்ஸ் என்று தேடி எடுத்துவைப்பதிலேயே செல்வியின் இன்றைய நாள்முழுதும் சென்றுவிட்டது. ஒருவழியாகப் பெட்டியை அமுக்கி மூடிப் பூட்டி நிமிர்ந்தால், மணி ஏழு, அவன் ஆட்டோ தேடக் கிளம்பிவிட்டான்.

பெட்டியும், படுக்கையும் பாழாகப்போகட்டும் என்று வீசி எறிந்துவிட்டு, செல்வியோடு இன்று ஒரு சினிமாவுக்குச் சென்றிருக்கலாம் என்று தோன்றியது அவனுக்கு. சினிமா இல்லாவிட்டால், எங்காவது பூங்கா, இல்லாவிட்டால், சும்மா சுற்றிப்பார்த்துவிட்டு எதுவும் வாங்காமல் வருவதற்கான ஒரு பளபளத்த ஷாப்பிங் காம்ப்ளக்ஸூக்கோ, அல்லது அவளுக்குப் பிரியமான ரங்கநாதர் கோயிலுக்கோகூட போய் வந்திருக்கலாம்.

இவையெல்லாம்கூட அவசியமில்லை. மணிக்கணக்காக டிவியைப் பார்த்துக்கொண்டு உட்கார்ந்திருக்காமல், அவளோடு நாலு வார்த்தை தொடர்ந்தாற்போல் பேசியிருக்கலாம், அல்லது, அவளுடைய வேலைகளில் உதவியிருக்கலாம், ஏதாவது செய்திருக்கலாம். அபூர்வமாகக் கிடைத்த முழு நாள் வாய்ப்பைத் தவறவிட்டாகிவிட்டது.

எப்படியாவது இந்த வாரம் வெள்ளிக்கிழமைக்குள் பம்பாய் வேலையை முடித்துக்கொண்டு திரும்பிவிடவேண்டும் என்று

உறுதியாக நினைத்துக்கொண்டான் அரவிந்தன். அடுத்த சனி, ஞாயிறு எந்த ஆஃபீஸ் கடமைகளையும் வைத்துக்கொள்ளாமல், செல்வியை எங்காவது கூட்டிச் செல்லவேண்டும்... ஊட்டி, கொடைக்கானல், மைசூர், அல்லது மந்த்ராலயம், உடுப்பி, சிருங்கேரி, எங்கேயாவது.

எப்படியாவது இந்தப் பெருநகரத்தின் குளிர் சுவாசத்திலிருந்து தப்பித்தால் போதும் என்றிருந்தது அரவிந்தனுக்கு. இங்கே உள்ளவரை, அலுவலகத்துக்கு வெளியே சுவாசிக்கக்கூட நமக்கென்று நேரம் ஒதுக்கிக்கொள்ள முடிவதில்லை. எல்லாம் தன்போக்கில் நடக்கிறது, பெருவெள்ளத்தில் அடித்துச் செல்லப்படுகிற ஒரு சருகைப்போல, அதன் ஓட்டத்தில் நாமும் மிதந்துகொண்டிருப்பது ஒன்றுதான் சாத்தியமாக இருக்கிறது.

நல்லவேளையாக, செல்வி அதிகம் எதிர்பார்ப்புகள் அற்றவளாக இருக்கிறாள். அல்லது, அவற்றை அதிகம் வெளிக்காட்டிக் கொள்ளாதவளாக.

கொடியசைந்து காற்று வந்ததா, அல்லது காற்று வந்து கொடியசைந்ததா என்பதுபோல், அரவிந்தனோடான வாழ்க்கைக்கு செல்வி பழகிக்கொண்டாளா என்று அவனால் நிச்சயமாகச் சொல்லமுடியவில்லை.

திருமணத்துக்குமுன்பே செல்வியை அவனுக்குத் தெரியும். அவனுடைய அப்பாவின் அலுவலக நண்பரின் மகள்தான் அவள். அவர்கள் வீட்டுத் திருமணம் ஒன்றிற்குச் சென்றிருந்த போது பழக்கம். அதன்பிறகும் சிலமுறை யதேச்சையாகச் சந்தித்திருக்கிறார்கள். என்றாலும், அவளோடு மொத்தமே ஒன்றிரண்டு வார்த்தைகள்தான் பேசியிருந்தான் அரவிந்தன், அவள் பேசியவை இன்னும் குறைவு.

அதன்பிறகு, அவள் வீட்டில் செல்விக்கு மாப்பிள்ளை பார்க்க ஆரம்பித்தபோது, அரவிந்தனைப்பற்றிப் பேச்சு வந்திருக்கிறது. அவனிடம் சம்மதம் கேட்டார்கள். யோசிக்காமல், 'சரி' என்று சொன்னபோது, அவளுடைய முகம்கூட அவனுக்குக் கொஞ்சம் மறந்துபோயிருந்தது. ஆனால், அரைகுறை ஞாபகத்தின் பனி படர்ந்த அவள் பிம்பம் அதி அழகாகத் தெரிந்தது.

ஆனால், செல்விக்கு அவனை நன்றாக நினைவிருந்தது. அரவிந்தனை முதன்முதலாகப் பார்த்தபோது, தானொரு மஞ்சள்

தாவணியும், நீல நிறக் கரையிட்ட ரிப்பனும் அணிந்திருந்ததைக் கூடத் துல்லியமாக ஞாபகம் வைத்திருந்தாள்.

அவளிடம் அவன் கொண்டது நேசம் என்று சொல்வதைவிட, ஒருவிதமான ஆச்சரியம் என்றுதான் சொல்லவேண்டும். எந்த விதத்திலும் விசேஷமானவனாக இல்லாத தன்னைக்கூட, இந்த அளவுக்கு நேசிக்கிறவள் ஒருத்தி இருக்கிறாளே என்கிற வியப்புதான்.

இத்தனைக்கும், அரவிந்தன் பாசத்துக்கு ஏங்கியவன் என்றெல்லாம் சொல்லமுடியாது. அப்பா, அம்மா, தங்கைகள் என்று எல்லோருமே அவன்மீது மிகுந்த அன்பும், பெருமையும் கொண்டிருந்தவர்கள்தான்.

ஆனால், அவர்களுடைய நேசத்தோடு ஒப்பிடக்கூட முடியாத படி, செல்வி மாறுபட்டவளாக இருந்தாள். அவளைப் பொறுத்த வரை அவன் மிக விசேஷம் என்பதை அவள் பேசுகிற ஒவ்வொரு வார்த்தையும், ஒவ்வொரு அசைவும் உரக்கச் சொல்லிக் கொண்டிருந்தது. இன்னும் குறிப்பாகச் சொல்வதானால், அவனைச் சேர்வதற்காகதான் இத்தனை நாளாகக் காத்துக் கொண்டிருந்தேன் என்பதுபோன்ற ஒரு இயல்பான உரிமை கலந்த பழகுதல் உணர்ச்சியுடன் அவள் நடந்துகொண்டாள்.

அதுதான் அரவிந்தனை மிகுந்த திகைப்பில் ஆழ்த்தியது. எதற்காக எனக்கு இத்தனை முக்கியத்துவம்? ஒரு சின்னத் தயக்கம்கூட இல்லாமல், எல்லாவிதத்திலும் என்னிடம் தன்னை முழுசாக ஒப்படைக்க இவள் தயாராக இருக்கிறாளே... இந்தப் பழக்கமும், நெருக்கமும் திடுதிப்பென்று எப்படி ஏற்பட்டது? இவள் என்மீது உரிமை எடுத்துக்கொண்டு ஒன்றுவதுபோல், என்னால் இவளிடம் இயல்பாகப் பழக முடியவில்லையே... அது தப்பா? நான் ஒரு நல்ல கணவன் இல்லையா?

அரவிந்தனின் இந்தக் குழப்பமெல்லாம் செல்விக்குப் புரிந்ததோ, இல்லையோ. புதுத் திருமணத்தின் மகிழ்ச்சியோ, அல்லது பழக்கமில்லாத கடமைகளின் சுமையோ அவளை பாதித்ததாகத் தெரியவில்லை. இப்படியொரு மாற்றத்தை ஏற்கெனவே எதிர்பார்த்திருந்ததுபோலவோ, அல்லது அதற்குத் தயாராகிக் காத்திருந்ததுபோலவோதான் அவள் நடந்து கொண்டாள். ஏற்கெனவே நன்கு பழகியதொரு வீட்டில், மீண்டும் குடிபுகுந்தவளைப்போல, சட்டென்று அவனுடைய

மனதின் மூலை முடுக்குகளிலெல்லாம் பாலாகப் பொங்கி விட்டாள்.

சில நாட்களுக்குமுன்வரை அவனும், அவளும் பரஸ்பர அன்னியர்கள். இப்போது இந்தத் திருமணச் சடங்கின்மூலம், அந்த தூரங்களெல்லாம் கரைந்து தீர்ந்துவிட்டதைப்போல ஒரு பிம்பம் உண்டானாலும், உள்மனதின் அடி ஆழத்தில், அந்த விலகல் உணர்வு கொஞ்சமாவது இல்லாமலா போகும்?

இந்த எண்ணம்தான், அரவிந்தனை விடாமல் துரத்திக் கொண்டிருந்தது. ஒருவருக்கொருவர் அதிகம் அறிமுகமில்லாத புதுத் தம்பதியினர், உடலால் இணைவதைக்கூட, உடல் தேவை, இன்னும் மிச்சமிருக்கிற மிருக இச்சை என்றெல்லாம் வரையறுத்து விடலாம். ஆனால், இப்படிப் பளீரென்று மனதால் ஒன்றும் ஒருத்தியை, விரும்பி நேசிக்காமல் எப்படி இருக்கமுடியும்?

ஆனால், அவளுடைய நேசத்துக்குத் தன்னால் பதில் மரியாதை செய்யவேமுடியாது என்று அரவிந்தனுக்கு நன்றாகத் தெரியும். அவன் எத்தனைதான் கஷ்டப்பட்டு முயன்றாலும், எதிர்பாராத, ஆனால் தேவையான ஒரு தருணத்தின் அன்பான ஒரு புன்னகையிலோ, அக்கறையான நெற்றி வருடலிலோ அவனைச் சர்வசாதாரணமாக வீழ்த்தி ஜெயித்துவிடுவாள் அவள்.

இதை அவளிடம் சொன்னால், 'மக்கு' என்று தலையில் குட்டிச் சிரிப்பாள். அதற்குமேல், இதையெல்லாம் ஆராயக்கூடாது. அவளுக்குப் பிடிக்காது.

யோசனையில் ஆழ்ந்திருந்த அரவிந்தனை சப்தமில்லாத ஒரு ஆட்டோ கடந்துபோனது. அதனுள்ளிருந்த நடுத்தர வயதுக்காரர் கை வைக்காத பனியனும், அரைக்கால் சட்டையும் அணிந்திருந்தார். அவனைப் பார்த்து எதற்காகவோ சிரித்தார்.

அரவிந்தனுக்கு இதற்குமேல் ஆட்டோ கிடைக்கும் என்கிற நம்பிக்கை போய்விட்டது. மாறாக, இதைச் சாக்காகச் சொல்லி, பம்பாய் பயணத்தை ரத்து செய்துவிடலாம் என்றுதான் அல்பமாக ஓர் ஆசை தோன்றியது.

'எம்பது ரூவா ஆட்டோவுக்காக, பத்தாயிரம் ரூவா டிக்கெட்டை வீணாக்கப்போறியா?' ஓரத்தில் யாரோ கை கொட்டிச் சிரித்தார்கள். 'பத்தாயிரமாவது? நம்ம அரவிந்தன் இப்போ

பம்பாய் போகலைன்னா, நூறு கோடி ரூபாய் ப்ராஜெக்ட் பாழாப்பூடும், தெரியுமா?' என்று சொல்லிவிட்டு, ஒரு பெரியவர் முழ நீள தாடியைப் பாசத்தோடு வருடிக்கொண்டார்.

அரவிந்தன் தலையை பலமாக உலுக்கிக்கொண்டு அடுத்த ஆட்டோவுக்காக மீண்டும் சாலையைப் பார்க்க ஆரம்பித்தான். 'யாராவது சீக்கிரமாக ஓர் ஆட்டோ கொண்டுவாருங்களேன், இரு மடங்கு, மூன்று மடங்கு காசாகக் கொடுத்துவிடுகிறேன்' என்று சத்தமாகக் கத்தத்தோன்றியது.

இன்னும் பத்துப் பதினைந்து நிமிடங்களுக்குள் ஆட்டோ கிடைத்தால்தான். இல்லையென்றால், தாமதமாகிவிடும். விமானம் கிளம்புவதற்குக் குறைந்தது முக்கால் மணி நேரமாவது முன்னதாக அங்கே செல்லவேண்டும். இல்லை யென்றால், பயணிகளை உள்ளே அனுப்பிக் கதவைச் சாத்தி விடுவார்கள்.

மீண்டும் பதற்றமாக மணி பார்த்தான் அரவிந்தன். கிட்டத்தட்ட பதினைந்து நிமிடங்களாக இங்கேயே நின்றுகொண்டிருக்கிறான். இதுவரை ஐந்து ஆட்டோக்கள்தான் கண்ணில் பட்டன, இரண்டில் ஏற்கெனவே பயணிகள் இருந்தார்கள், ஒரு ஆட்டோ நிற்காமல் போய்விட்டது, மற்ற இரண்டு ஆட்டோக்களும் விமான நிலையத்துக்குச் சவாரி மறுத்துவிட்டார்கள்.

ஆட்டோ கிடைக்காத கவலையோடு, இத்தனை நேரமாகியும் அவன் ஆட்டோவோடு திரும்பி வராததால், செல்வி அநாவசிய மாகக் கலவரப்பட்டுக்கொண்டிருப்பாளே என்கிற நினைப்பும் அவனைச் சிரமப்படுத்தியது.

செல்வியின் அபத்த குணங்களில் இதுவும் ஒன்று. யாரேனும் குறித்த நேரத்துக்குச் சற்று தாமதமாக வந்தாலும், அவர்களுக்கு ஏதோ நடந்துவிட்டது என்பதுபோல் மனதினுள் முடிவுகட்டிக் கொண்டு, விழியோரங்களில் கண்ணீர் துளிர்த்து நிற்கத் தொடங்கிவிடும்.

ஆனால், இதுபோன்ற விபரீதக் கற்பனைகளையும், அசம்பாவிதங்களையும் வாய்விட்டுச் சொல்வதும் அவளுடைய பழக்கமில்லை. அவளைச் சுற்றிலும் எந்நேரமும் காத்துநிற்கிற 'ததாஸ்து' தேவதைகள், அவள் ஏதேனும் தவறாகச் சொல்லி விட்டால், 'அப்படியே ஆகட்டும்' என்று சொல்லிவிடுவார் களாம்... அப்படியே ஆகிவிடுமாம்.

ஆகவே, தன்னுடைய கவலைகளை மனதினுள் போட்டுப் பூட்டிக்கொண்டு, வாசலுக்கும், உள்ளுக்குமாகப் பல முறை நடப்பாள். அந்தத் தீவிர நடைப்பயணத்தால் எந்த உடனடி விளைவும் ஏற்படாவிட்டால், 'என்னாச்சுன்னு கொஞ்சம் போய்ப் பார்த்துட்டு வாயேன்' என்று அரவிந்தனை விரட்டி விட்டு, கண்களைத் துடைத்துக்கொண்டு சட்டென்று பிரார்த்தனை அறைக்குள் புகுந்துகொள்வாள்.

இப்போது, அரவிந்தனே நடுத்தெருவில் சிக்கிக் கொண்டிருக்கிறான். அவனுக்கு என்ன ஆகிவிட்டதோ என்று நினைத்து இப்போது அவள் என்னவெல்லாம் கற்பனைகளை வளர்த்துக்கொண்டிருக்கிறாளோ...

அரவிந்தனுக்கு ஆட்டோ கிடைக்கவில்லை, இங்கிருந்து விமான நிலையத்திற்குப் பதினைந்து கிலோ மீட்டர் பயணம் செய்து, எண்பது ரூபாயோ, தொண்ணூறு ரூபாயோ கூலி வாங்கிக்கொள்ள ஆட்டோ டிரைவர்கள் யாருக்கும் விருப்பமில்லைபோல. நாட்டில் காசுக்கு மதிப்பு குறைந்து விட்டது, அல்லது, எல்லோரும் நோகாமல் அருகாமைச் சவாரிகளிலேயே நிறைய சம்பாதிக்க ஆசைப்படுகிறார்கள்.

'நானும் இனிமேல் தூரச் சவாரியெல்லாம் போகமாட்டேன்' என்று ஒருமுறை சத்தமாகச் சொல்லிக்கொண்டான் அரவிந்தன். பத்து நாளைக்கு ஒருமுறை மும்பைக்கும், கொல்கத்தாவுக்கும் பையைத் தூக்கிக்கொண்டு ஓடுவதற்கு யாரால் ஆகிறது? ஒவ்வொருமுறையும் புதுப்புது ஹோட்டல்கள், தண்ணீர் மாற்றம், சாப்பாடு மாற்றம், பாஷை மாற்றம், மனோநிலை மாற்றம்...

இவை, வளர்ச்சி அல்லது முதிர்ச்சியின் காரணமாக விளையும் இயல்பான மாற்றங்கள் என்றால்கூட பரவாயில்லை. ஆனால், அவ்வப்போது வேஷம் போடுவதுபோல் இப்படித் தற்காலிக மாக மாறிக்கொண்டே இருப்பதற்கு அவனால் முடியவில்லை. ஒவ்வொருமுறை பெங்களூர் திரும்பும்போதும், தன்னையே அன்னியமாக உணரத்தோன்றுகிறது.

சமீபகாலமாக, செல்விக்கும் இதிலெல்லாம் சுரத்து குறைந்து கொண்டிருப்பதாகத் தெரிகிறது. தனக்கு விதிக்கப்பட்டிருப்பது இதுதான் என்று புரிந்துகொண்ட ஒரு பாவனை, பிரிவின்

வேதனைக்குப் பழகிவிட்ட மரத்துப்போன தன்மையைப் பார்க்கமுடிகிறது.

முன்பெல்லாம், அவன் வெளியூருக்குச் செல்வதாகத் தெரிந்தால், அந்த விநாடியிலிருந்து அவள் கண்களில் சோகம் கவிந்துகொள்ளும். அதன்பின் அவளுடைய நடவடிக்கைகளில் எந்த ஆர்வமும் இருக்காது. அவனுக்கான பயணப் பெட்டியைக் கச்சிதமாக அடுக்கிவைப்பதெல்லாம் அவள்தான். என்றாலும், போகிற வெளியூரில் அவன் எந்தச் சிரமமும் இல்லாமல், சகல சௌகர்யங்களோடும் இருக்கவேண்டும் என்பதில் காட்டுகிற அக்கறையை, அவள் தன்னிடத்தில் காட்டிக்கொள்ள மறுத்து விடுவாள், எல்லாப் பற்றையும் இழந்துவிட்டவள்போன்ற வேதனையோடு, 'ஜாக்கிரதையா போய்ட்டு வா' என்றும், 'சீக்கிரமா திரும்பி வந்துடணும், சரியா?' என்றும் சொல்லி அவள் விசும்புகிறபோது, அவனுக்கும் வாய்விட்டுக் கதறத் தோன்றும்.

இப்போதும், பிரிவின் வேதனை படிந்த அதே கண்களிடம்தான் அவன் சற்றுமுன் விடைபெற்றுக் கிளம்பியிருந்தான். ஆனால், சமீப காலமாக அவளிடம் தெரிகிற முக்கியமான மாற்றம், 'சீக்கிரமா திரும்பி வந்துடுவேதானே?' என்கிற எதிர்பார்ப்பு இல்லை. இவன் எக்காரணம் கொண்டும் சீக்கிரம் திரும்பி வரமாட்டான், எந்த வேலைக்காகச் செல்கிறானோ, அதை முழுசாக முடித்துவிட்டுதான் திரும்புவான். அதுவரை, தனிமைத் துணையோடு தான் காத்திருக்கதான் வேண்டும் என்கிற உறுதி தெரிகிறது. 'என்ன செய்வது? நான் கொடுத்துவைத்தது அவ்வளவுதான்...' என்று பெருமூச்சு விடுகிற ஒரு பெண்ணின் பாவனையோடு அவள் அவனது குறும்பயணங்களை எதிர்கொள்ளத் தொடங்கிவிட்டாள்.

ஒருவிதத்தில் இது முதிர்ச்சியின் அறிகுறி. என் மனைவி அநாவசியமாகக் குறை சொல்வதில்லை, என்னுடைய நிலைமையைப் புரிந்துகொள்கிறாள் என்று நினைத்து சந்தோஷப்படலாம். ஆனால், ஏனோ அரவிந்தனால் அப்படி நினைக்கவே முடிவதில்லை.

'ஐயோ, நான் அப்படி இல்லை...' என்றுதான் அவளிடம் கத்த வேண்டும்போலிருக்கிறது அரவிந்தனுக்கு. இப்படி அடிக்கடி பயணம் கிளம்பிப்போவதில் அவனுக்குமட்டும் விருப்பமா என்ன?

வேலை, கடமை என்று ஆயிரம் காரணங்கள் சொன்னாலும், அவன்மட்டும்தான் முக்கியம் என்று எண்ணி, அவள் அவனுக்குத் தருகிற முழுமையான முக்கியத்துவத்தை, அவனால் அவளுக்குத் திருப்பித்தர முடிவதில்லையே.

திருமணத்துக்குப்பின், செல்வியை வேலைக்குப் போகக்கூடாது என்று அவன் மறுக்கவில்லை. சொல்லப்போனால், அப்படித் தடுக்கிற உரிமை தனக்கு இருக்கிறது என்றுகூட அவன் நினைக்கவில்லை.

ஆனால் அவள்தான், வேலைக்குப் போகமுடியாது என்று பிடிவாதமாக மறுத்துவிட்டாள். 'எனக்கு எவன் வேலை கொடுப்பான்?' என்று அவள் கிண்டலாகப் பேசினாலும், வீட்டில் ஒருவர்தான் வேலைக்குப் போகவேண்டும் என்பதில் அவள் பிடிவாதமாக இருந்தாள்.

அதன்பிறகு, அந்த வீடுதான் அவளுடைய உலகமாகிவிட்டது. அன்றாட வேலைகளில் தொடங்கி, உள் அலங்காரம்வரை எந்த வேலையையும் தானே செய்யவேண்டும் என்று முரட்டுப் பிடிவாதமாக இருந்தாள் அவள். கொஞ்சம் ஓய்வு எடுத்துக் கொள், ஒரு வேலைக்காரிக்கு ஏற்பாடு செய்துகொள் என்றெல்லாம் அரவிந்தன் சொன்னால், அவளுக்குக் கோபம் வரும்.

எதற்காக அவள் இப்படித் தன்னைத் தேய்த்துக்கொள்ள வேண்டும் என்று அவனுக்கு சத்தியமாகப் புரியவில்லை. ஒரு வேலைக்காரிக்குச் சம்பளம் தரமுடியாத அளவுக்கு அவர்கள் ஏழையில்லை. அப்படியிருக்க, தினந்தோறும் நானேதான் இடுப்பு ஒடிய வீட்டைப் பெருக்குவேன், துடைப்பேன் என்றெல்லாம் என்னத்துக்குப் பிடிவாதம்?

எப்போதாவது அதிசய நாட்களில், அரவிந்தன் அலுவலகத்தி லிருந்து கொஞ்சம் சீக்கிரமாகக் கிளம்பி, இன்றைக்கு எங்காவது வெளியே போகலாம் என்று நினைத்துக்கொண்டு வீட்டுக்கு வந்தால், அவள் துடைப்பமும் கையுமாகக் களைத்து நிற்பாள். அவளை அப்படிப் பார்ப்பதில் பாதி வேதனை, மீதி எரிச்சலோடு அவன் கத்தினால், அவளும் பதிலுக்குச் சீறுவாள், 'உன் ஆஃபீஸ் வேலையில நான் தலையிடறேனா? அதேமாதிரி, வீட்ல எதை எப்படிச் செய்யணும்ன்னு நீ எனக்கு ஆர்டர் போடாதே...'

சட்டென்று அவனுடைய ஆத்திரம் தணியும், 'உன் நல்லதுக்குதாம்மா சொல்றேன்' என்று குழைவான்.

ஆனால், இந்த ஒரு விஷயத்தில்மட்டும் செல்வியின் ஆவேசம் சில மணி நேரங்களுக்குக் குறையாது, 'எனக்கு ஹெல்ப் பண்ணணும்ன்னு உனக்கு தோணிச்சுன்னா, வாரத்தில நாலு நாள், நீ வீட்டை க்ளீன் பண்ணு… இல்லைன்னா, துணியெல்லாம் துவைச்சுத் தர்றேன், காயப்போடு. டெய்லி ஒரு வேளை நீ சமையல் பண்ணு… அதை விட்டுட்டு, வேலைக்காரி, அது, இதுன்னெல்லாம் பேசாதே…'

அவளுடைய பேச்சில் ஒரே நேரத்தில் நியாயமும், அநியாயமும் சம அளவில் தொனிப்பதாக அரவிந்தனுக்குத் தோன்றும். ஆனால், இந்தப் பெண் இப்படிப் பிடிவாதமாக என் தரப்பைப் புரிந்துகொள்ள மறுக்கிறதே என்று அபூர்வமாக அவள்மீது கோபமும் வரும்.

தினசரி சில மணி நேரங்கள் வீட்டுக்காக ஒதுக்க அவனால் முடிவதில்லை. அது ரொம்பத் தப்புதான். ஆனால், ஒரு வேலைக்காரியின் சம்பளத்துக்கோ, அல்லது, வேறு வீட்டு வசதி உபகரணங்களுக்கோ தாராளமாகச் செலவிடுவதால்தான் அந்தத் தவறுக்கான பரிகாரத்தை அவனால் செய்யமுடியும் என்பது அவளுக்குப் புரிவதே இல்லை. வேறு எந்த வழியிலும், அந்தச் சில மணி நேரங்களை அவனால் சேமித்து அவளுக்குத் தரவேமுடியாது.

அவனுடைய வேலையில் எல்லாமே மணிக்கணக்குதான். நாற்பது மணி நேர வேலை, ஐந்து மில்லியன் மணி நேர வேலை என்றுதான் சிறிய, பெரிய பணிகளின் அளவுகளைக் கணக்கிட்டுப் பேசுவார்கள். வாடிக்கையாளர்களிடம் பணம் வசூலிப்பதுகூட, இந்த மணிக்கணக்கின் அடிப்படையில்தான். தொழிலாளர் சட்டப்படி, ஒரு நாளைக்கு ஒருவரிடம் அதிகபட்சம் எட்டு மணி நேரங்கள்தான் வேலை வாங்கவேண்டும் என்கிற ஒரே ஒரு மணிக்கணக்கைத்தவிர, மற்ற எல்லாமே அவனது நிறுவனத்தினருக்கு அத்துப்படி.

இதனால், நிர்ணயிக்கப்பட்ட பணி நேரம் என்பது சும்மா பாவ்லாதான். அதற்குமேல் வேலை பார்ப்பது என்பது, அலுவலகத்தின் குறை சொல்லமுடியாத அவசியத் தேவை.

எத்தனைக்கெத்தனை அதிகம் உழைக்கிறோமோ, அத்தனைக் கத்தனை சீக்கிரத்தில் ப்ராஜெக்ட் முடியும், அடுத்த ப்ராஜெக்டில் மாட்டிக்கொள்ளலாம். இந்தச் சுழலில் சிக்கியபிறகு, வெளிவருவது மிகச் சிரமம்.

சொல்லப்போனால், இதிலிருந்து வெளிவந்துவிடுவோமோ என்கிற பயத்திலேயே அளவுக்கதிகமாக உழைக்கிறவர்கள் இருக்கிறார்கள். ஐந்து பணி நாட்கள்தவிர, வாராந்திர விடுமுறை களான சனிக்கிழமைகளிலும் அலுவலகம் வருவது கட்டாய மாகவே அமைந்துவிடும். பல சமயங்களில் ஞாயிற்றுக் கிழமைகளில்கூட.

ஆனால், இதையெல்லாம் சொல்லிப் புலம்புவது முடியாது. முருங்கை மரத்தில் ஏற ஒப்புக்கொண்டு பேய்க்கு வாழ்க்கைப் பட்டவர்கள்போல், அதிக சம்பளத்துக்குப் பணிந்து, மரமேறக் கற்கவேண்டியிருக்கிறது.

இந்த விஷயங்களெல்லாம் செல்விக்குப் புரியாமலில்லை. அவனுக்கு பெங்களூரில் இந்த வேலை கிடைத்ததிலிருந்து, அவர்களுடைய வாழ்க்கைமுறையே மாறிவிட்டது. அதிகாலையில் எழுந்து, கிளம்பி, ஏழு மணி கம்பெனி பஸ்ஸில் கிளம்பிப்போனால், அதன்பிறகு அவன் திரும்பி வருகிற நேரம் நிச்சயமில்லை. ஆகவே, நாள்முழுதும் பெரும்பான்மை நேரம், தங்களின் பெரிய வீட்டின் தனிமையில் வாழப் பழகிக்கொண்டு விட்டாள் அவள். சிலசமயங்களில், அரவிந்தனே தன்னுடைய அலுவல் பணியைப்பற்றி அலுத்துக்கொண்டால்கூட, அவளிடமிருந்து சலிப்பாக ஒரு வார்த்தை வராது.

அந்த மௌனம்தான் பெரிய அவஸ்தை என்று எண்ணிக் கொண்டான் அரவிந்தன். 'என்ன நீ? நினைச்ச நேரத்துக்கு வர்றே, நினைச்ச நேரத்துக்கு போறே... வீட்ல ஒருத்தி இருக்கறது கொஞ்சமாவது நினைப்பிருக்கா?' என்றெல்லாம் வாய்விட்டுத் திட்டிவிட்டால்கூட பரவாயில்லை, 'நீ அப்படி தான், பரவாயில்லை, போ' என்பதுபோல் அவனை ஒதுக்கி விடுகிற மௌனம் ரொம்ப உறுத்துகிறது. நாளுக்குச் சில மணி நேரம், தூங்குவதற்காகமட்டும் வீட்டுக்கு வருகிறவனை, தன்னில் பாதியாக ஒரு பெண்ணால் நினைக்கமுடியுமா?

செல்வியால் முடிகிறது. அரவிந்தனுக்கும், அவளுக்கும் நடுவே அவனது அதீத பணி அழுத்தமும், தேவைகளும்

நிரம்பிவிட்டால்கூட, எந்த விஷயத்திலும் அவன்மீதான அவளது நேசம் குறைபடவே இல்லை. அதுதான் அரவிந்தனைக் குற்றவுணர்ச்சியில் தள்ளுகிறது.

சில சமயங்களில், தங்களை ஒரு பெரிய பள்ளத்தாக்கின் இரு முனைகளில் வசிக்கிறவர்களாகக் கற்பனை செய்துகொள்வான் அரவிந்தன். வலது முனையில் வசிக்கிற அவனுக்கு ஏகப்பட்ட வேலை, அந்தப்பக்கமிருக்கிற குப்பைக் காட்டை ஒழித்துச் சமனாக்கிக்கொண்டிருக்கிறான். அவன் வேலை செய்கிற ஒவ்வொரு சதுர அடிக்கும் அவனுக்கு, (அல்லது அவர்களுக்கு) காசு.

அவன் களைத்துப்போகிற தருணங்களில், இடதுபக்கமிருக்கிற செல்வி, கைக்குட்டை நீட்டி வியர்வை துடைக்கிறாள், இடையிலான பள்ளத்தாக்கின் அகலம் எத்தனை அதிகமானாலும், அவளது கைகள் அதற்கேற்ப நீள்கின்றன. உண்மையில், தங்களுக்கிடையே ஒரு பள்ளம் உண்டாகியிருப்பதை அவள் உணர்ந்திருக்கிறாளா, இல்லையா என்றுகூட அரவிந்தனுக்குச் சந்தேகமாக இருக்கிறது.

ஏனெனில், அப்படியொரு பள்ளம் இல்லவே இல்லை என்று பிடிவாதம் சாதிப்பதுபோல், அவள் அவனோடு இயல்பாகப் பழகிக்கொண்டிருக்கிறாள். இத்தனை நீளத்துக்குக் கையை நீட்டி, கர்ச்சீப் தரவேண்டுமா? அவளுக்குக் கை வலிக்காதோ பாவம் என்று அவனுக்குப் பரிதாபமாக இருக்கிறது. ஆனால், இதற்கு என்ன செய்வது என்றுதான் தெரியவில்லை.

பதிலுக்குத் தானும் ஒரு கர்ச்சீப் எடுத்து நீட்டலாம் என்றால், அவள் நெற்றியில் வியர்வை துளிர்த்திருக்கிறதா என்று அவனால் இங்கிருந்து பார்க்கமுடிவதில்லை. ஆனால், அவனுக்கு வியர்க்கிற கணங்களை அவள்மட்டும் எப்படிச் சரியாக உணர்ந்து கொள்கிறாளோ, தெரியவில்லை. கணவனுக்கும், மனைவிக்கும் இடையே பள்ளம் அமைத்துவிட்ட கடவுளின்மீதோ, காலத்தின் மீதோதான் அவனுக்கு இயலாத கோபம் பொங்குகிறது.

யோசித்துப்பார்த்தால், அந்தப் பள்ளத்தைத் தோண்டிய கைகள் தன்னுடையவைதானோ என்றும் தோன்றுகிறது அரவிந்தனுக்கு.

2

திரும்பத் திரும்ப முகத்தில் அறையும் பிடிவாதமான காற்று அலுப்பூட்டுகிறது. சூட்கேஸை இன்னும் கொஞ்சம் கீழே நகர்த்திவிட்டு, முடிந்தவரை ஆட்டோவின் மையத்துக்கு நகர்ந்துகொள்கிறான் அரவிந்தன்.

மணி ஏழே முக்கால், இன்னும் பதினைந்து நிமிடத்தில் விமான நிலையம் சென்றுவிடுவது சாத்தியம்தான்.

கிட்டத்தட்ட இருபது நிமிடங்கள் பயமுறுத்தியபிறகு, கடைசியாக, 'மீட்டருக்குமேல் இருபது ரூபாய்' என்கிற நிபந்தனையுடன் ஓர் ஆட்டோ கிடைத்துவிட்டது. அதை விரட்டிக்கொண்டு வீட்டுக்குச் சென்று, செல்வியிடம் தாமதத்துக்கான காரணங் களைச் சுருக்கமாகத் தெரிவித்துவிட்டு, பெட்டியைத் தூக்கிக் கொண்டு கிளம்பினால், இதோ, கூப்பிடு தூரத்தில் விமான நிலையம்.

ஒவ்வொரு முறையும் இப்படிதான் ஆகிறது. ஏதேனும் ஒரு தடங்கல் வருகிறது. அவனது பயணம் தள்ளிப்போகும், அல்லது நின்றுபோகும் என்பதுபோல் அவனிடம் ஆவலை, எதிர்பார்ப்பை உருவாக்குகிறது. பின்னர், 'சேச்சே, நானாவது, தடங்கல் பண்றதாவது' என்று பழிப்புக் காட்டிவிட்டு, மறைந்துபோகிறது.

நல்லவேளையாக, இதுபோன்ற கற்பனைகள், எதிர்பார்ப்பு களை அவன் செல்வியிடம் சொல்வதில்லை. ஆகவே, ஏமாற்றமும் அவனோடு நிற்கிறது.

இப்போது செல்வி என்ன செய்துகொண்டிருப்பாள் என்று யோசித்தான் அரவிந்தன். சிடி ப்ளேயரில் அவளுக்குப் பிடித்த கர்நாடக சங்கீதத்தை வழியவிட்டுக்கொண்டு, பாத்திரம் தேய்த்துக் கொண்டிருப்பாள், அல்லது, அவனது சட்டை எதிலாவது பட்டன் பிய்ந்ததைக் கண்டுபிடித்துத் தைத்துக்கொண்டிருப்பாள். வேறென்ன?

அவளை நினைக்கையில் வேதனை மிகுந்தது. இந்த வீட்டைத்தவிர வேறெதைக் காண்கிறாள் அவள்? இப்போதெல்லாம் அவளை வெளியே அழைத்துச்செல்வதுகூட குறைந்துவிட்டது. மளிகைச் சாமான்களையெல்லாம் வீட்டுக்கே கொணர்ந்து தரும் ஒரு நவீன சூப்பர் மார்க்கெட்டின் தொலைபேசி எண் கிடைத்தபிறகு, அவளது வெளி நடவடிக்கைகள் வெகுவாகச் சுருங்கிவிட்டன.

செல்வியை இப்போதே பார்க்கவேண்டும்போல் உணர்ந்தான் அரவிந்தன். அவளது கன்னங்களை வருடி, திடீரென்று இப்படிக் கிளம்பவேண்டியிருப்பதன் அவஸ்தைக்கு மன்னிப்பு கேட்கவேண்டும் என்று தோன்றியது. உடனடியாக முடியா விட்டாலும், 'இதெல்லாம் நானாக விரும்பிச் செய்வதில்லை, காலம் என்னைச் செலுத்துகிற, அல்லது துரத்துகிற பாதையில் ஓடிக்கொண்டிருக்கிறேன்' என்று எப்போதாவது அவளிடம் சொல்லவேண்டும்.

கையிலிருந்த விமான டிக்கெட்டை ஆர்வமின்றி திருப்பிப் பார்த்தான் அரவிந்தன். மும்பைக்குச் செல்லும் தேதியும், நேரமும், விமான எண்ணும் அதில் சரியாகக் குறிப்பிடப் பட்டிருந்தது. ஆனால், திரும்பி வருகிற தேதி இல்லை, 'ஓபன்' என்று பட்டையடித்து எழுதியிருந்தார்கள்.

சலிப்பு கலந்த பெருமூச்சுடன் நிமிர்ந்துகொண்டான் அரவிந்தன். தினசரி ஆஃபீஸுக்குச் செல்வதென்றாலும் சரி, இப்படி அலுவல்நிமித்தம் பயணங்கள் போவதென்றாலும் சரி, வீட்டிலிருந்து கிளம்புகிற நேரம்மட்டுமே உறுதி செய்யப் பட்டதாக இருப்பதும், திரும்புகிற நேரத்தை வேறு யாரோ, எதுவோ தீர்மானிப்பதும் ஏன்?

மேலே ஏதோ ஒரு விமானம் ராட்சஸமாகச் சப்தம் எழுப்பிக் கொண்டு விரைந்தது. பக்கத்து ஆட்டோவிலிருந்து, அந்த விமானத்தைச் சுட்டிக்காண்பித்துக் கையாட்டி வழியனுப்பினாள் ஒரு பிஞ்சுப் பாப்பா.

அந்தக் குழந்தையைப் பார்க்கையில், எதற்காகவோ அரவிந்தனுக்குக் கண்ணில் நீர் தளும்பியது. செல்வியை எப்போதாவது, எங்காவது விமானத்தில் அழைத்துக்கொண்டு போகவேண்டும் என்று நினைத்துக்கொண்டான்.

ஒருகாலத்தில், விமானத்தில் செல்வது என்றாலே, அவனுக்குப் பெருமிதமும், கர்வமும் பொங்கும். எக்ஸிபிஷன் போகிற குழந்தையின் ஆர்வத்தோடு அதை எதிர்பார்ப்பான், கண்ணில் படுகிற நண்பர்கள், உறவினர்களிடமெல்லாம், 'நான் நாளைக்கு ஏரோப்ளேன்ல போறேன்' என்று ஏதேனும் ஒருவிதத்தில் தெரிவித்துவிடுவான்.

ஆனால், தன்னை விமானத்தில் அனுப்புவதென்பது, போகிற ஊரில், நினைத்த நேரம்வரை தன்னைக் கட்டிப்போட்டுவிடுகிற யுக்திதான் என்று புரிந்தபின், விமானங்கள் அவனுக்குள் எந்தப் பரவசத்தையும் உண்டாக்குவதில்லை. திரும்புகிற தேதி எப்போதும் திறந்தே கிடக்கும் விமான டிக்கெட்களைப் பார்த்தால், வெறுப்புதான் மண்டியது.

அரவிந்தன் அடிக்கடி இப்படி விமானத்தில் பறக்கிறான் என்பதில், செல்விக்கும் கொஞ்சம் பெருமைதான். இங்கே வந்த புதிதில், தனது ஒவ்வொரு விமானப் பயண அனுபவத்தையும், நொடிக்கணக்கில் நுணுக்கமாக அவன் விவரிக்கவேண்டும் என்று அவள் எதிர்பார்த்தாள்.

ஒவ்வொருமுறையும், விமான டிக்கெட்டைப் பார்த்து, 'ஐயோ, இவ்ளோ காசா?' என்று பெருமிதம் கலந்த ஆச்சரியம் கொள்வதில் அவளது பரவசம் தொடங்கும். விமானம் எப்படித் தரையிலிருந்து மேலே உயரும், எப்போதும் சாய்ந்த கோணத்தில்தான் பறக்குமா அல்லது, சமதளம்போல் பறக்குமா, உயரத்தில் பறக்கும்போது அவனுக்கு வயிற்றைப் புரட்டுமா, வாந்தி வருமா, காதுக்குள் ஜிவ்வென்று இருக்குமா, மேகங்களுக்குமேலே அல்லது அவற்றுக்குள் பறக்கிறபோது நீ எப்படி உணர்ந்தாய், சீட் பெல்ட் கட்டிக்கொள்ளாவிட்டால் தவறிக் கடலில் விழுந்துவிடுவோமா, விமான இறக்கைகளில்

விளக்கு வைத்திருக்கிறார்களே, அது எதற்கு? - இப்படி ஏராளமான கேள்விகள் அவளுக்கிருந்தன.

உண்மையில், இதுபோன்ற விஷயங்களில் அரவிந்தனுக்கு அவ்வளவாக கவனம் போதாது. என்றாலும், அவள் கேட்கிறாளே என்பதற்காக, சில விளக்கங்களை உருவாக்கிச் சொல்வதுதான். ஆனால், அவற்றில் அவள் குறுக்குக் கேள்விகள் கேட்டு மடக்கும்போது, அவனுக்குச் சலிப்பாகிவிடும், 'அடுத்தவாட்டி சரியா பார்த்துட்டு வந்து சொல்றேன்' என்று பேச்சுவார்த்தையை முடித்துக்கொள்வான்.

'அடுத்தவாட்டி' செல்வி அந்தக் கேள்வியை மறக்காமல் நினைவில் வைத்திருப்பாள். அவன்தான் மறந்துபோயிருப்பான். ஆகவே, இன்னொரு புதிய விளக்கத்தைக் கற்பனை செய்ய வேண்டியிருக்கும். அதிலும் அவளுக்குக் குறுக்குக் கேள்விகள் வரும்.

இப்படி அவன் அடிக்கடி பறந்துகொண்டிருந்ததால், செல்வியும் அவனோடு அரைப் பயணியாகியிருந்தாள். பலவிஷயங்களை அவனிடம் கேட்டுத் தெரிந்துகொண்டு, அல்லது அவளே ஊகித்துக்கொண்டிருந்தாள். ஆனால், தன்னை ஒருமுறை விமானத்தில் அழைத்துச்செல்லவேண்டும் என்று அவனிடம் அவள் விளையாட்டாகக்கூட கேட்டதில்லை.

செல்வி அதீதமாக வியந்தாலும், இப்போதெல்லாம் விமானக் கட்டணங்கள் அப்படியொன்றும் அதிகமில்லை. அப்படியே அதிகமாக இருந்தாலும் என்ன என்று அலட்சியமாக நினைத்துக் கொண்டான் அரவிந்தன். பிறகு, எதற்காகச் சம்பாதிக்கிறோம்? செலவைப்பற்றிக் கவலைப்படாமல், ஏதேனும் ஒரு விடுமுறையை உருவாக்கிக்கொண்டு, செல்வியும் அவனும் எங்காவது பறக்கவேண்டும்.

அரவிந்தனின் அலுவலகத்தில், வருடத்துக்கு ஒரு வாரமோ, பத்து நாளோ, குடும்பத்தோடு சுற்றுலா சென்றுவருவதற்கான விடுமுறை என்று உண்டு. ஆனால், சேர்ந்தாற்போல் அத்தனை நாள் அலுவலகத்திலிருந்து விலகியிருப்பது யாருக்கும் சரிப்பட்டு வருவதில்லை. ஆகவே, பெரும்பாலானவர்கள் அந்த விடுமுறையைப் பயன்படுத்திக்கொள்வதில்லை. கம்பெனியும் அதற்குபதிலாக ஒரு குறிப்பிட்ட தொகையை ஈடாகக் கொடுத்து விடுகிறது.

இப்படி ஒவ்வொரு வருடமும் வாங்கிய காசெல்லாம் எங்கே போனது என்று யோசித்துப் பார்த்தான் அரவிந்தன். கடலில் கரைத்த பெருங்காயம்போல் எல்லாம் வங்கிக் கணக்கில் சேர்ந்து கொள்கிறது. அதன்பிறகு, ஒரு காசுக்கும், இன்னொரு காசுக்கும் துளி வித்தியாசம் பார்க்கமுடியாது.

ஒரு கட்டத்துக்குமேல், தன்னிடம் எத்தனை பணம் இருக்கிறது என்று அறிகிற, கணக்கிடுகிற ஆர்வம்கூட போய்விடுகிறது. ஆனால், இப்படித் தொடர்ந்து காசு வந்துகொண்டே இருக்க வேண்டும் என்கிற பயம்மட்டும் எப்போதும் விலகுவதில்லை.

எங்கோ தொடங்கி, எங்கோ ஓடிக்கொண்டிருக்கும் நினைவு களைக் கடிவாளமிட்டு நிறுத்தினான் அரவிந்தன். நாமே உருவாக்கிக்கொண்ட சூழ்நிலைக்கு, எதையோ, யாரையோ குறை சொல்லிக்கொண்டு காத்திருப்பதில் அர்த்தமில்லை. இந்தமுறை பம்பாயிலிருந்து திரும்பியபின், கண்டிப்பாக ஒரு வாரமாவது லீவ் போட்டுவிட்டு, செல்வியைக் கூட்டிக்கொண்டு எங்கேயாவது போய்விடவேண்டும்.

அவளுக்குப் பிடித்த இடமாக இருக்கவேண்டும். சில நாட்களுக்காவது தினசரி வேலைகளிலிருந்து அவளுக்கும், அவனுக்கும் ஓய்வு வேண்டும். முக்கியமாக, அவர்கள் ஒருவருக் கொருவர் செலவிட நேரம் வேண்டும்.

எங்கே போகலாம் என்று அரவிந்தன் தீவிரமாக யோசிக்க ஆரம்பித்தபோது, டிரைவர் பலமாக ஹாரன் ஒலித்து, ‘சார், ஏர்போர்ட் வந்திட்ச்சு…’ என்றான் கொச்சைத் தமிழில்.

3

கைப் பெட்டியை ஸ்கேன் செய்து, விமானத்தினுள் அனுப்பி விட்டு, தோளில் தொங்கும் கணினியோடு வெளியே வந்தான் அரவிந்தன். அவனுடைய விமானம் கொஞ்சம் தாமதமாகக் கிளம்பும் என்று அறிவித்திருந்தார்கள். அதற்கு இன்னும் முழுசாக ஒரு மணி நேரம் மீதமிருந்தது.

ஒரு காஃபி குடிக்கலாம் என்று எதிரிலிருந்த கடையை அணுகிய போது, உள்ளே கால் வைக்கக்கூட இடமில்லாமல் நிறைந்திருந்த கூட்டத்தைப் பார்க்க பயமாக இருந்தது. அப்புறமாகப் பார்த்துக் கொள்ளலாம் என விலகி வந்துவிட்டான்.

பொதுவாகவே இன்றைக்கு விமான நிலையத்தில் அதிகக் கூட்டம்தான். ஞாயிற்றுக்கிழமை, அதுவும் இரவு நேரம் என்பதால், சூட் போர்த்திய கழுத்துப்பட்டைவாசிகளை அதிகம் பார்க்கமுடியவில்லை. மாறாக, நடுத்தர வயதுப் பெண்கள்தான் ஏராளமாக நிறைந்திருப்பதாகத் தோன்றியது.

இப்போதெல்லாம் விமானக் கட்டணங்களை ரொம்பக் குறைத்துவிட்டார்கள். திசைக்கொன்றாகப் புதுசுபுதுசாக ஏதேதோ கம்பெனிகள் முளைத்துவிட்டதில், (அ)நியாயத்துக்குப் போட்டி. எல்லோரும் ஏதோ ஒரு விதத்தில் தங்களின் செலவு களையும், லாப சதவீதத்தையும் குறைத்துக்கொண்டு, சகாய விலையில் பறக்க அழைக்கிறார்கள்.

அரவிந்தன் இப்படி நினைத்துக்கொண்டிருந்தபோது, கம்பீரமான சாம்பல் நிறத்தில் உடுத்திய ஓர் அதிகாரி அவனைக் கடந்து சென்றார். குளிர் ஸ்வெட்டர் அணிந்தபடி எதிரே வந்த இளைஞன் ஒருவன் அவருக்குக் குழைவாக சல்யூட் அடித்தான்.

சிறிது நேரத்துக்கு அந்த இளைஞனையே வேடிக்கை பார்த்துக் கொண்டிருந்தான் அரவிந்தன். இந்த விமான நிலையத்திலோ, அல்லது இங்கிருக்கும் ஏதோ ஒரு விமானக் கம்பெனியிலோ பணிபுரிகிறவனாக இருக்கவேண்டும். டியூட்டி முடிந்து வீட்டுக்குக் கிளம்புகிற அவசரம் அவனிடம் தெரிந்தது. அங்குமிங்கும் பரபரப்பாக எதற்காகவோ ஓடிக்கொண்டிருந்தான்.

இவன் எப்போதாவது விமானத்தில் பறந்திருப்பானா என்று அரவிந்தன் யோசித்தபோது, சட்டென்று செல்வியின் ஞாபகம் வந்தது. பாக்கெட்டிலிருந்து செல்லிடப் பேசியைத் தேடியெடுத்து, வீட்டு எண்களை ஒற்றினான்.

நெடுநேரம் பிடிவாதமாக மணியடித்தபிறகும் யாரும் எடுக்கவில்லை. செல்வி இந்த நேரத்தில் எங்கே போனாளோ என்கிற கவலையோடு தொலைபேசி இணைப்பைத் துண்டித்தான் அரவிந்தன்.

செல்பேசியைக் கையில் உருட்டியபடி, மேலே ஒளிர்கிற பெரிய விளம்பரத் திரையில் சிரிக்கும் அமிதாப் பச்சனைப் பார்த்துக் கொண்டிருந்த அவனுக்குக் கொஞ்சம் குறுகுறுப்பாக இருந்தது. அவன் இப்படிச் சில நாட்களோ, நெடுநாட்களோ காணாமல் போய்விடுகிற வெளியூர்ப் பயணங்களின்போதும், தினசரி அவன் அலுவலகம் கிளம்பிச் சென்றபிறகான தனிமையின் போதும், செல்வி என்ன செய்வாள்?

திருமணத்துக்குமுன் ஒருமுறை அவன் அவளிடம், 'உன்னுடைய பொழுதுபோக்கு என்ன?' என்று கேட்டதற்கு, மிகக் கிண்டலான ஒரு பதிலைச் சொல்லியிருந்தாள் அவள்.

அதாவது, ஒழுங்காக அடுக்கியிருக்கும் ஒரு பெட்டியை எடுத்து, அதிலுள்ள துணிகள், புத்தகங்கள், இதர பொருட்களை யெல்லாம் திசைக்கொன்றாக இறைத்துவிடுவாளாம். அதன்பிறகு, அவற்றை மீண்டும் பழையபடி அடுக்கிவைப்பாளாம்.

செல்வி அப்படிச் சொன்னதில் எத்தனை சதவீதம் உண்மை, எத்தனை சதவீதம் கேலி என்று அவனுக்கு நிச்சயமாகத்

தெரியவில்லை. என்றாலும், அந்த அளவுக்குச் சுத்தம், ஒழுங்கு என்று பரபரக்கக்கூடியவள்தான் அவள்.

ஆகவே, அரவிந்தன் ஊரில் இருந்தாலும், இல்லாவிட்டாலும் அவளுடைய அன்றாடப் பணிகள் வீட்டின் ஒழுங்கைச் சுற்றிதான் சுழலும். அதிகாலையில் எழுந்து அவனுக்குச் சமைக்க வேண்டியதில்லை, சாப்பாட்டு மூட்டை கட்டவேண்டியதில்லை என்பதற்காகத் தாமதமாகத் துயிலெழுகிற கட்டுப்பாட்டுக் குலைவு அவளிடம் இருக்காது என்று அவனுக்கு நிச்சயமாகத் தோன்றியது.

அப்படியென்றால், என் அருகாமை அவளுக்கு எதற்காகத் தேவைப்படுகிறது? நான் பிரியும்போது அவள் ஏன் வருந்த வேண்டும்? அழவேண்டும்?

யதார்த்தமான இந்தக் கேள்வியில் ஓர் அயோக்கியத்தனம் இருப்பதாக அரவிந்தனுக்கு ஏனோ தோன்றியது. தவிர, இந்தக் கேள்விக்கு பதில் சொல்லவேண்டியவள் செல்வி. எத்தனை முயன்றாலும், இதற்கான அவள் தரப்பு பதிலை அவனால் ஊகித்துவிடவே முடியாது.

ஆகவே, அதே கேள்வியைக் கொஞ்சம் மாற்றிக் கேட்டுக் கொள்ளலாம் என்று தீர்மானித்தான் அரவிந்தன் - செல்வியைப் பிரிந்து கிளம்பும்போது, எனக்கு ஏன் இத்தனை துயரம்? பேசாமல், வேலையை கவனிக்கவேண்டியதுதானே? அநாவசியமாக ஏன் மனதை கனமாக்கிக்கொள்ளவேண்டும்?

இதற்கும் அவனுக்கு பதில் தெரியவில்லை, 'ஏன் லேட்?' என்று கேட்கிற ஆசிரியரிடம், 'லேட் ஆயிடுச்சு' என்று அபத்தமாக பதில் சொல்கிற சிறுவனைப்போல்தான் அவனால் சிந்திக்க முடிந்தது.

ஆனால், இதில் ஏதோ விஷயம் இருக்கிறது, வலுவான ஒரு காரணமும் இருக்கவேண்டும். இல்லையென்றால், இரண்டு நாள், மூன்று நாட்களே நீடிக்கிற சின்னஞ்சிறு பயணங்கள்கூட, இப்படி ஒரு சலனத்தையும், வெறுமையுணர்வையும் உண்டாக்காது.

ஆனால், தினந்தோறும் காலையில் ஆஃபீஸ் கிளம்பும்போது, அரவிந்தனிடம் இப்படிப்பட்ட சோக மனோநிலை தென்படாது. உண்மையில், ஒவ்வொரு நாளும் மிகுந்த உற்சாகத்துடனே அலுவலகத்தினுள் நுழைகிறவன் அவன்.

ஒருவிதத்தில், அதுவும் செல்வியைப் பிரிவதுதானே? அப்போது ஏன் இந்த மன அழுத்தம் உண்டாவதில்லை? வெளியூர் செல்வது என்று கிளம்பினால்மட்டும் எங்கிருந்தோ சோகமும், களைப்புணர்வும் வந்து சூழ்ந்துகொள்கிறது. வழியனுப்பிக் கையசைக்கும் செல்வியைப் பாய்ந்து பற்றிக்கொண்டுவிடத் தோன்றுகிறது, வீட்டிலிருந்து அவனைக் கிளப்பிக் கொண்டு வருகிற ஆட்டோவோ, டாக்ஸியோ, பஸ்ஸோ உடனடியாகத் திரும்பிப் போய்விடாதா என்று ஏக்கமாக இருக்கிறது. ஏர்போர்ட்டிலோ, ரயில் நிலையத்திலோ வந்து இறங்கியதும், அடுத்த பஸ்ஸில் ஏறி வீட்டுக்குத் திரும்பிவிடவேண்டும் என்று குழந்தைத்தனமான ஆசை தவறாமல் வருகிறது.

இதற்கெல்லாம் என்ன காரணம்? அல்லது, இதற்கெல்லாம் காரணம் என்று ஏதாவது இருக்கிறதா? அல்லது, அந்தக் கால சினிமாக்களிலும், இந்தக் கால தொலைக்காட்சித் தொடர்களிலும் வருவதுபோல், இந்தப் பாசம், நேசம், அன்பு எல்லாமே காரணமற்றுப் பொங்கும் அபத்தமான உணர்வுகள் தானா?

'அபத்தம்' என்று என்னால் இந்த அளவு உறுதியாகச் சொல்ல முடிந்தால், இது ஏன் என்னை இவ்வளவு பாதிக்கவேண்டும்? இந்த உணர்வுகளை 'அபத்தம்' என்று மனதுள் நினைக்கும் போதே, ஏதோ அநியாயம் செய்துவிட்டவனைப்போல கூசிப்போகிறேனே, ஏன்?

எதற்கும் அவனுக்கு பதில் தெரியவில்லை. யோசிக்க யோசிக்க, களைப்புதான் மிஞ்சியது.

சிறிது நேரம் நடக்கலாம் என்று எழுந்துகொண்டான் அரவிந்தன். கால்களை ஒருமுறை தனித்தனியே நீட்டி, உதறிக்கொண்டு, ஒருமுறை சுற்றிலும் நோட்டமிட்டான். பின்னர், கண்ணாடி வெளிச் சுவர்களில் ஏகப்பட்ட புத்தகங்களைக் கண்காட்சிபோல் அடுக்கிவைத்திருந்த கடையின்பக்கமாகத் திரும்பி நடக்கலானான்.

அவன் இப்போது நடந்துகொண்டிருந்தது பார்வையாளர் பகுதி என்பதால், இங்கும் கூட்டம் அதிகமாகவே இருந்தது. பயணிக்கிறவர்களும், அவர்களை வழியனுப்ப வந்தவர்களு மாக நிறைந்து வழிந்தார்கள்.

கூடத்தின் ஒரு மூலையில், ஒரேமாதிரியாக ஜீன்ஸ் அணிந்த ஓர் இளைஞனும், இளைஞியும் மிக நெருக்கமாக, கிட்டத்தட்ட ஒருவரையொருவர் அணைத்த பாவனையில் நின்றிருந்தார்கள். இருவரும் தங்களுக்குள் ஏதோ ரகசியம் பேசிக்கொண்டிருக்க, பக்கத்தில் ஒரு சிறிய பயணப்பை, 'ஆம்ஸ்டர்டாம்' என்று அறிவித்து, ஒரு ட்யூலிப் மலரை நீட்டியது.

அந்த இருவரும் ஒருவரையொருவர் தொட்டபடியிருக்கிறார்களா என்றுகூட தெரியாதபடி அவர்கள் நெருங்கியும், விலகியும் இருந்தார்கள். அவர்களைப் பார்க்கும்போது, சுற்றியிருக்கிற மற்றவர்கள் என்ன நினைப்பார்களோ என்று கவலைப்படுகிற ரகமாகத் தெரியவில்லை. ஆனால், இருவருடைய நடவடிக்கைகளிலும் ஒரு நாசூக்கு தெரிந்தது.

அவர்களில் யார் பயணிக்கிறவர், யார் வழியனுப்ப வந்தவர் என்று சரியாகத் தெரியவில்லை. ஆனால், பிரிந்திருக்கப்போகிற ஒவ்வொரு விநாடியையும், இப்போதே பேசித் தீர்த்துவிட வேண்டும் என்பதுபோல் அவர்கள் இடைவெளியில்லாமல் பேசிக்கொண்டிருந்தார்கள். ஒருவர் பேசிமுடித்தபிறகுதான் இன்னொருவர் பேசவேண்டும் என்றுகூட அவர்கள் எதிர்பார்த்ததாகத் தெரியவில்லை. ஒரே நேரத்தில் இருவருமே பேசுவதுபோலவும், அதை இருவருமே சரியாகப் புரிந்துகொள்வதுபோலவும் தோன்றியது.

கடைப் புத்தகங்களில் ஒரு பார்வையை வைத்தபடி, ஓரக்கண்ணால் அவர்களை ஆவலோடு கவனித்துக்கொண்டிருந்தான் அரவிந்தன். இப்படி அநாகரிகமாகப் பார்ப்பது அவனுக்கே உறுத்தினாலும், அவர்களிடம் ஏதோ ஒரு விசேஷம் இருப்பதாகவும், அவர்களைக் கூர்ந்து கவனிப்பதன்மூலம் தன்னுடைய கேள்விகளுக்கு பதில் கிடைக்கலாம் என்பதுபோலவும் தோன்றிக்கொண்டிருந்தது அவனுக்கு.

ஆனால், அந்த இளம் ஜோடி, சுற்றியிருப்பவர்கள் யாரையும் கவனிப்பதுபோல் தெரியவில்லை. அவர்கள் தங்களின் உலகத்துள் மூழ்கியிருந்தார்கள். இருவரும் வளவளவென்று தொடர்ந்து பேசிக்கொண்டிருந்தபோதும், அவர்கள் என்ன பேசுகிறார்கள் என்று துளியும் வெளியே கேட்கவில்லை. உண்மையில், அத்தனை பக்கத்தில் நெருங்கி நின்றிருந்த அரவிந்தனுக்குக்கூட, அவர்கள் பேசுவது ஆங்கிலமா, கன்னடமா, தமிழா, அல்லது ஹிந்தியா என்று தெரியவில்லை.

அந்தப் பெண்ணுக்கு இருபத்தைந்து வயதிருக்கலாம். அதீதமான அமைதி கவிழ்ந்த அவளது முகத்தைப் பார்க்கும்போது, அவள் இத்தனை பேசுவாள் என்று யாருக்குமே தோன்றாது. உண்மையில், இப்போது அவளை வழிமறித்து, 'இன்னிக்கு என்ன கிழமை?' என்று கேட்டால்கூட, ஏதோ குவாண்டம் இயற்பியல் சூத்திரங்களைக் கேட்டுவிட்டதுபோல் திருதிருவென்று முழிப்பாள் என்றுதான் ஊகித்தான் அரவிந்தன்.

ஆனால், இதுபோன்ற ஊகங்களையெல்லாம் பொய்யாக்கும் படி, ஒரு மேடைப் பேச்சாளரின் வேகத்துடன் அவள் அவனோடு தொடர்ந்து பேசிக்கொண்டிருந்தாள். பேசுகிற விஷயத்துக்கேற்ப, கைகளையோ, கண்களையோ அசைக்கும் உடல்மொழிகூட அவளிடம் இல்லை. என்னுடைய வார்த்தைகள், இங்கே சுற்றியிருப்பவர்கள் யாருக்கும் இல்லை, உனக்குமட்டும்தான் என்று அவனிடம் சொல்வதுபோல், ஒவ்வொரு சொல்லையும் நேரடியாக அவனது காதுகளுக்குள் பதித்துக்கொண்டிருந்தாள் அவள்.

ஆர்.கே. லக்ஷ்மணின் சிறிய கார்ட்டூன் புத்தகமொன்றைத் தேர்ந்தெடுத்து, அரவிந்தன் விலை விசாரித்தபோது, அவனுடைய விமானத்துக்கான அறிவிப்பு வந்தது. அந்தச் சப்தத்தில் பயந்து தடுமாறிய பறவைகளைப்போல அந்தப் பையனும், பெண்ணும் சட்டென்று விலகிக்கொண்டதைப் பார்க்க, அரவிந்தனுக்கு ரொம்ப வருத்தமாக இருந்தது.

இப்போது அவர்களுக்கிடையில் பேச்சும் நின்றுவிட்டது. ஒலிபெருக்கியிலிருந்து வழியும் அறிவிப்பை இருவரும் கவனமாகக் கேட்டார்கள். பின்னர், ஆங்கில அறிவிப்பு ஓய்ந்து, ஹிந்தியில் தொடங்கியதும், பக்கத்திலிருந்த பையை எடுத்து, அவன் தோளில் மாட்டிவிட்டாள் அவள்.

இருவரும் பரஸ்பரம் சில வழியனுப்பல் மொழிகளைப் பேசிக்கொண்டார்கள். அவைகூட வெளியே கேட்கவில்லை. அவன் ஒருமுறை கைக்கடிகாரத்தைப் பார்த்துவிட்டு, 'ஸீ யூ' என்று மனமில்லாமல் சொல்வதுமட்டும் தெரிந்தது.

அவள் பதிலுக்கு எதுவும் பேசாமல், சின்னச் சிரிப்போடு அவனுக்குக் கையாட்டினாள். அந்தச் சிரிப்பில் மெலிதான சோகம் தெரிகிறதா என்று அரவிந்தன் யோசித்துக்கொண்டிருந்த போதே, அவனுடைய டிஷர்ட்டைப் பற்றி இழுத்து, கன்னத்தில்

சின்னதாக ஒரு முத்தம் பதித்தாள் அவள். இதை எதிர்பார்த்தது போலிருந்த அவன், அவளுடைய இதழ்களில் மெல்லமாக உதடு ஒற்றினான்.

சட்டென்று திரும்பிக்கொண்ட அரவிந்தன், கையிலிருந்த புத்தகத்தை மீண்டும் அலமாரியில் வைத்துவிட்டு, எதிர்திசையில் நடக்கலானான்.

இதுவரை அந்த ஜோடியை வேடிக்கை பார்த்துக் கொண்டிருந்தது அவனுக்குத் தவறாகத் தோன்றவே இல்லை. ஆனால் இப்போது, அவர்களுடைய அந்தரங்கத்தில் குறுக்கிட்டு விட்டோமே என்று வேதனையாக இருந்தது.

என்றாலும், ஒரு பொது இடத்தில் இப்படி முத்தமிட்டுக் கொள்கிற இயல்பு அவனுக்குப் பிடிபடவில்லை. பெருநகரங்களில் இப்போது சாதாரணமான செய்கையாகிவிட்ட இதனை, கலாசாரக் குறைவு என்று சொல்லமுடியுமா என்றுகூட அவனுக்குத் தெளிவில்லை. அவளுடைய கணவனோ, காதலனோ, அவள் பகிரங்கமாக முத்தமிடுகிறாள், நேசத்தை வெளிப்படுத்துகிறாள். உனக்கு என்ன?

தாமதமாக ஆட்டோ கிடைத்த பதற்றத்தில், செல்வியிடம் சரியாக விடைபெற்றுக்கொள்ளாமலே வந்துவிட்டதை நினைத்துக்கொண்டான் அரவிந்தன். 'ஒரு நிமிஷம் இரப்பா' என்று ஆட்டோ டிரைவரிடம் சொல்லிவிட்டு, உள்ளே சென்று அவளிடம் சில வார்த்தைகள் ஆதரவாகச் சொல்லி, ஈரமாக ஒரு முத்தமிட்டுவிட்டுக் கிளம்பியிருக்கலாம். அல்லது, நடுத்தெருவிலேயே அதைச் செய்திருக்கலாம், என்ன போச்சு?

வேறென்ன, ஐந்து நாள் நிம்மதி போச்சு!

4

'ஃப்ளைட் லேட்டா?' செல்வியின் குரல் எங்கோ ஒரு பள்ளத்தாக்கிலிருந்து கேட்பதுபோல் இருந்தது.

'ஆமாம்பா...' முடிந்தவரை உற்சாகமாகப் பேச முயன்றான் அரவிந்தன், 'பெங்களூர்ல கிளம்பினபோதே முக்கால் மணி நேரம் லேட், அப்புறம் மும்பையில கண்டபடி மழை பெய்யுதுன்னு கடல்மேல கால் மணி நேரம் வெட்டியா சுத்திட்டுதான் கீழே இறங்கினான்.'

காதுகளில் இன்னும் வலி மிச்சமிருந்தது. பத்தரை மணிக்கே மும்பை வந்திருக்கவேண்டும். ஏதோ தொழில்நுட்பக் கோளாறு களால் விமானம் புறப்படுவதில் தாமதம் ஏற்பட்டு, ஒருவழியாகத் தரையிறங்கும்போது நள்ளிரவாகிவிட்டது. எப்படியோ, ஒழுங்காகக் கொண்டுவந்து சேர்த்தார்களே.

'சரிப்பா, ஜாக்கிரதை' என்றாள் செல்வி, 'ஒழுங்கா சாப்பிடு. நேரத்துக்கு தூங்கி, ரெஸ்ட் எடு. கேள்வி கேட்கறதுக்கு ஆள் இல்லைன்னு, ராத்திரி ரொம்ப நேரமெல்லாம் முழிச்சி கிட்டிருக்காதே...'

'ஓகேம்மா, நீயும் ஜாக்கிரதை' என்றான் அரவிந்தன், 'எதுனா விஷயம்ன்னா ஃபோன் பண்ணு, டேக் கேர்...'

'ம்ம், குட் நைட்' அவன் பேசுவதற்குள் ஃபோனை வைத்து விட்டாள் அவள்.

அரவிந்தனின் கண்களில் எரிச்சல் மண்டியிருந்தது. மணி ஒன்றரை, இனிமேல் தூங்கமுடியுமா என்று தெரியவில்லை. அப்படியே தூங்கினாலும், மிஞ்சிப்போனால் ஐந்து மணி நேரம் தூங்கலாம். காலையில் சீக்கிரமாக எழுந்து, குளித்து, அலுவலகத்துக்குப் போகவேண்டும்.

பெரிய படுக்கையின் வலது ஓரமாகச் சரிந்து படுத்திருந்த அரவிந்தன், கம்பளியை நன்கு போர்த்திக்கொண்டு, டிவியை உயிர்ப்பித்தான். வெளியே அட்டகாசமாக மழை பெய்து கொண்டிருந்தபோதும், தொலைக்காட்சிமட்டும் ஒழுங்காக இயங்கிக்கொண்டிருந்தது.

இருநூற்றுச் சொச்ச சானல்களில் தமிழ் எங்கே இருக்கிறது என்று தெரியவில்லை. ஒவ்வொன்றாகத் தேடுவதற்குப் பொறுமை யில்லை. ஏதோ ஒரு ஹிந்தி சினிமாப் பாட்டு சானலில் நிலைகொண்டான் அரவிந்தன்.

புளித்த ஏப்பம்போல் ஏதோ பொங்கிவந்தது. வயிறு லேசாக வலிப்பதைப்போலிருந்தது. விமான நிலையத்தில் நெடுநேரம் காத்திருந்தபோது, கண்டதையும் வாங்கித் தின்றது தப்பாகி விட்டது. போதாக்குறைக்கு, விமானம் மேலேறியபிறகு, ராத்திரி பதினொரு மணி என்றும் பார்க்காமல், கொழுப்பு நிறைந்த உணவு வகைகளாகத் தட்டில் நிரப்பினார்கள்.

அதையெல்லாம் சாப்பிட்டாகவேண்டும் என்று யாரும் கட்டாயப்படுத்துவதில்லைதான். ஆனால், ஒன்றரை மணி நேரப் பயணத்திற்கு இத்தனை ஆயிரம் கொட்டிக் கொடுக்கிறோமே, பதிலுக்கு அவர்கள் கொடுப்பதையெல்லாம் சாப்பிட்டுத் தீர்ப்போம் என்கிற அல்ப மனோநிலைதான், மறுக்கத் தோன்றுவதில்லை.

தவிர, வெளியூர்ப் பயணங்களின்போதெல்லாம், எல்லாச் செலவுகளுக்கும் கம்பெனி பணம் கொடுத்துவிடும். ஆகவே, காசுக் கணக்குப் பார்க்காமல் எதை வேண்டுமானாலும் தின்று தீர்க்கலாம்.

இப்படிக் கண்டபடி சாப்பிடுகிற சுதந்திரம், முதல் ஒன்றிரண்டு நாட்களுக்கு வேண்டுமானால் ஜாலியாக இருக்கும். ஆனால்,

அதன்பிறகு, எந்த வேலையிலும் கவனம் செலுத்தமுடியாதபடி வயிற்றுக் கோளாறுகள் தொடங்கிவிடும், தினசரி தூக்கம் கெட்டுப்போகும், பணி நேரத்தில் உடம்பெல்லாம் சோர்ந்துவிழும். எப்போது ஊருக்குத் திரும்பி மோருஞ்சாதமும், பழைய ஊறுகாயும் சாப்பிடுவோம் என்பதுபோல் ஏக்கம் தோன்றிவிடும்.

எங்கிருந்தாலும், வீட்டைப் பிரிந்திருப்பது கஷ்டம்தான் என்று கசப்போடு நினைத்துக்கொண்டான் அரவிந்தன். தினசரி, வேலைகள் முடிந்தபின் சென்றடைவதற்குக் கூடு ஒன்று இருக்கிறது என்கிற கதகதப்பான பத்திர உணர்வுதான், மனிதர்களை இயக்கிக்கொண்டிருக்கிறதோ என்னவோ.

அறையின் கண்ணாடி ஜன்னல் கதவுகளில் மழை வலுவாக அறைந்து, திறக்கச் சொல்லியது. அநியாயத்துக்குக் குளிர். படுத்தவாக்கில் இடதுபுறமாக உருண்டு, குளிர்சாதனத்தை அணைத்தான் அரவிந்தன்.

டிவியில் இப்போது யாரோ ஒரு தாடிக்காரர் மஹாபாரதச் சொற்பொழிவை ஆரம்பித்திருந்தார். பேயும் உறங்குகிற நேரத்தில் இதையெல்லாம் யார் பார்க்கிறார்கள் என்று குழப்பமாக இருந்தது அரவிந்தனுக்கு. சானலை மாற்றலாமா, அல்லது அணைத்துவிட்டுத் தூங்கலாமா என்று யோசித்தபோது, எதற்காகவோ சந்திரனின் நினைப்பு வந்தது.

சந்திரன் இப்போது எங்கே இருக்கிறான்? மும்பையில்தானா? அல்லது, சென்னையிலா? தன்னுடைய ஞாபக சக்தியின்மீது நம்பிக்கையில்லாமல் சிறிது நேரம் நெற்றியைத் தேய்த்துக் கொண்டிருந்தான் அரவிந்தன்.

ஏழெட்டு வருடங்களுக்குமுன், சந்திரனும் அரவிந்தனும் டெல்லியில் ஒன்றாக வேலைக்குச் சேர்ந்தவர்கள். நாற்பது பேர் அடங்கிய அந்த அலுவலகத்தில், இவர்கள் இருவருக்குமட்டும் தான் தமிழ் தெரியும் என்பதால் நெருக்கமாகி, நல்ல சிநேகிதர்களாகிவிட்டார்கள்.

அப்புறம் கொஞ்ச நாள் நிம்மதியான பிரம்மச்சாரி வாழ்க்கை. இன்னும் சில ஆண்டுகள் இப்படியே விளையாட்டுப்போக்கில் வாழலாமா, அல்லது இப்போதே எதிர்காலத்தைப்பற்றித் தீவிரமாகச் சிந்திக்கத் தொடங்கவேண்டுமா என்று அவர்கள்

யோசித்துக்கொண்டிருந்தபோது, திடுதிப்பென்று சந்திரனுக்குத் திருமணமாகிவிட்டது.

அத்தனை அவசரத்துக்கு சந்திரனும்தான் ஒருவிதத்தில் காரணம். 'கேரளாவிலிருந்து ஒரு பெண் ஜாதகம் வந்திருக்கிறது, உனக்கு பிடித்திருக்கிறதா?' என்று நாலு வரிக் கடிதாசி எழுதிய அவனுடைய அப்பா, கூடவே அனுப்பியிருந்த மசங்கலான புகைப்படத்தில், சந்திரன் அப்படி என்னத்தைக் கண்டானோ, சாஷ்டாங்க நமஸ்காரம் செய்வதுபோல் விழுந்துவிட்டான். அதன்பிறகு, தாலி கட்டுவதற்காகதான் எழுந்து நின்றான்.

மூணாறிலோ, கொடைக்கானலிலோ தேனிலவு முடித்துக் கொண்டு அவர்கள் டெல்லி வந்தபோது, அரவிந்தன்தான் அவர்களுக்காக வீடு பார்த்து, அட்வான்ஸ் கொடுத்து, எல்லா ஏற்பாடுகளும் செய்துவைத்திருந்தான். சந்திரனின் பெட்டி, படுக்கைகளைக்கூட புது வீட்டுக்கு நகர்த்தியாகிவிட்டது, லாரி சர்வீஸில் வந்த சீர் வரிசை சாமான்களையும் அங்கேயே இறக்கி வைத்திருந்தான். ஆகவே, சந்திரனும், அவன் மனைவியும் ரயில் நிலையத்திலிருந்து நேரடியாகப் புது வீட்டுக்கு வந்து, பாக்கெட் பால் காய்ச்சிச் சாப்பிட்டார்கள்.

சந்திரனின் மனைவி அபிராமி ரொம்பவும் கூச்ச சுபாவியாக இருந்தாள். தாய்மொழி மலையாளமில்லை. என்றாலும், கொஞ்சம் ராகமிழுத்துதான் தமிழ் பேசினாள். ஆனால், பிரவேஷிகாவரை பாஸ் செய்திருந்ததில், ஹிந்தி நன்றாகவே தெரியுமாம்.

பேசுவதுதான் குறைவேதவிர, எதற்கெடுத்தாலும் சிரித்துக் கொண்டிருந்தாள் அவள். அவர்களின் திருமணத்திற்கு வந்திருந்த அரவிந்தனை, அவளுக்குக் கொஞ்சமும் நினைவிருக்கவில்லை. இதில் சந்திரனுக்கு ரொம்ப வருத்தம்.

'சரிதான் விடுடா' என்று சிரிப்போடு சொன்னான் அரவிந்தன். 'இந்த பதினஞ்சு நாள்ல நீ அவங்களுக்கு கிட்டத்தட்ட ஆயிரம் பேரையாவது அறிமுகப்படுத்தியிருப்பே... எல்லாரையும் ஞாபகம் வெச்சுக்கமுடியுமா?'

அதன்பிறகு சிறிது நேரத்துக்கு யாரும் எதுவும் பேசவில்லை. சங்கடமான அந்த மௌனத்தைக் கலைத்துக்கொண்டு கிளம்பினான் அரவிந்தன்.

அவன் ராத்திரி அங்கேயே தங்கவேண்டும் என்று வற்புறுத்தினான் சந்திரன். ஆனால், அரவிந்தன் பிடிவாதமாக மறுத்துவிட்டான், 'உனக்கென்னடா, லீவ்ல இருக்கே... நான் காலையில சீக்கிரம் எழுந்து, ரெடியாகி ஆஃபீஸ் போகணும்' என்றான் சிரிப்புடன்.

'சாப்பிட்டுட்டு போங்க, ப்ளீஸ்...' என்றாள் சந்திரனின் மனைவி.

'பரவாயில்லைங்க, இன்னொரு நாள் கண்டிப்பா வர்றேன்' என்று சொல்லிக்கொண்டு கிளம்பினான்.

அன்றும் நல்ல மழை. பழைய வீட்டின் பாதி வெறுமை உறுத்திக்கொண்டிருந்தது. அதனிடையே தூக்கமின்றிப் படுத்திருந்தபோது, இன்னும் பாஷை புரிந்திராத இந்த ஊரில், தனக்கிருந்த ஒரே நண்பனையும் இழந்துவிட்டோமே என்று வேதனையாக இருந்தது அரவிந்தனுக்கு.

ஆனால், இதற்கெல்லாம் யார், என்ன செய்யமுடியும்? மழலையாகப் பேசிக் கொஞ்சுகிற குழந்தைகூடதான் ஒரு நாளில் தோளுக்கு மேல் வளர்ந்துவிடுகிறது, அதை நினைத்து சந்தோஷப்படாமல், இனிமேல் யாரைக் கொஞ்சுவது என்று கவலைப்படுவார்களா?

தனக்கு ஏன் இந்த விஷயம் எதிர்மறையாகவே தோன்றிக் கொண்டிருக்கிறது என்று அப்போது அரவிந்தனுக்குப் புரியவே இல்லை. யாரோ சந்திரனை என்னிடமிருந்து திட்டமிட்டுப் பிரித்துவிட்டதுபோல் ஏன் நினைக்கிறேன்? ஒருவேளை, சந்திரனுக்குமுன்பாக எனக்குத் திருமணமாகியிருந்தால், நானும் இப்படிதானே பாதி வீட்டை காலி செய்துகொண்டு கிளம்பியிருப்பேன்?

யோசனைகளின் கனத்தில், அந்த இரவு தூக்கமின்றிக் கழிந்தது. மறுநாளிலிருந்து, இதைப்பற்றி அதிகம் நினைப்பதில்லை என்று தனக்குத் தானே உறுதி சொல்லிக்கொண்டு வேலையில் கவனம் செலுத்தினான் அரவிந்தன்.

இரண்டு நாட்களுக்குப்பின் வேலையில் சேர்ந்த சந்திரன், 'என்னடா? வீட்டுப்பக்கமே வரலை?' என்றான் முதல் வாசகமாக.

'இன்னிக்கு வர்றேன்டா...' என்றான் அரவிந்தன். ஆனால், போகவில்லை.

சந்திரனின்மீதோ, அல்லது அவனுடைய மனைவியின்மீதோ சத்தியமாக அரவிந்தனுக்கு வெறுப்பில்லை. ஆனால், ஏதோ ஒரு சங்கட உணர்வு அவர்களின் வீட்டுக்குச் செல்லவிடாமல் அவனைத் தடுத்துக்கொண்டிருந்தது. எப்போதாவது, தவிர்க்க முடியாமல் அங்கே செல்ல நேர்ந்தாலும், ஐந்து அல்லது பத்து நிமிடங்களுக்குமேல் அங்கே இருக்கமுடிவதில்லை. ஆகவே, ஏதேனும் ஒரு பொய்யான காரணத்தையாவது உருவாக்கிச் சொல்லிக்கொண்டு கிளம்பிவிடுவது.

தன்னுடைய தயக்கத்துக்கு யாரைக் குற்றம் சொல்வது என்று அரவிந்தனுக்குப் புரியவில்லை. சந்திரன் அவனிடம் எப்போதும் போல்தான் பழகுகிறான். ஆனால், அதற்குமேல் அவனிடம் எதையும் எதிர்பார்க்கக்கூடாது என்று அரவிந்தனின் உள் மனது சொல்லிக்கொண்டே இருந்தது. ஆகவே, அலுவலகம், வீடு என்று தனது நடவடிக்கைகளைச் சுருக்கிக்கொண்டான்.

சந்திரனுக்கு பதிலாக, வேறொரு அறை நண்பனைக்கூட அவன் தேர்ந்தெடுத்துக்கொள்ளவில்லை. சந்திரன் முன்பு படுத்திருந்த கட்டில்கூட மடக்கப்படாமல் அப்படியேதான் கிடந்தது.

அந்த மழைக்காலம் முடிவதற்குள், அரவிந்தனுக்கும் வீட்டில் பெண் பார்க்க ஆரம்பித்தார்கள். ஆனால், இப்போதைக்கு வேண்டாம் என்று உறுதியாக மறுத்துவிட்டான்.

அவனுடைய அப்பா, சந்திரனுக்கு ஃபோன் செய்து பேசியிருக்கிறார். ஆகவே, ஒரு மாலை நேரத்தில் அரவிந்தனை வலுக்கட்டாயமாகப் பற்றியிழுத்துக்கொண்டு ஜந்தர் மந்தருக்குச் சென்றான் சந்திரன்.

சுற்றுலாத்தலம் என்கிற தலைக்கொழுப்பெல்லாம் இல்லாமல், நகரின் நடுவே 'ஜஸ்ட் லைக் தட்' நின்றுகொண்டிருக்கிற ஜந்தர் மந்தர், சந்திரனுக்கும் அரவிந்தனுக்கும் ரொம்ப விருப்பமான இடம். நகரத்தின் கச்சாமுச்சாக் கூட்டத்திலிருந்து தப்பிப்பதற் கான உத்தமமான சுலப வழி. செக்கச்செவேல் செங்கற்களால் கட்டப்பட்ட நவீன ஓவியங்கள்போல் திமிறும் வடிவங்களுக் கிடையே மணிக்கணக்காக நடக்கலாம், அல்லது புல்வெளியில் படுத்துக்கொண்டு சிகரெட் ஊதியபடி அரட்டையடிக்கலாம்.

ஆனால், அன்றைக்கு அவர்கள் இருவருமே மௌனமாக ஒருவரையொருவர் பார்த்தபடி அமர்ந்திருந்தார்கள். எதைப்

பேசப்போகிறோம் என்று இருவருக்குமே தெரிந்திருப்பது போலவும், இருவருமே அதைப் பேச விரும்பாததுபோலவும் ஒரு அசிங்கமான நிசப்தம் அவர்களுக்கிடையே உருண்டு கிடந்தது.

ஒருவழியாக இருவரில் யாரோ பேசத் தொடங்கினார்கள், 'நீ வீட்டுக்கே வர்றதில்லை...' என்று சந்திரன் குற்றம்சாட்டுவதும், 'அப்படியெல்லாம் இல்லை' என்று அரவிந்தன் மறுப்பதுமாகக் கொஞ்ச நேரம் பாசாங்கு நாடகம் நடந்தது.

பின்னர் சந்திரன் விஷயத்துக்கு வந்தான், 'கல்யாணம் வேணாம்ன்னு சொன்னியாமே... ஏன்?'

இதற்குச் சட்டென்று ஒரு பதில் யோசித்து வைத்திருந்தான் அரவிந்தன், 'என்னடா அவசரம்? கொஞ்ச நாளாகட்டுமே...' என்றான் சிரித்து.

'இப்போன்னா, நாளைக்கேவா கல்யாணம் நடக்கப்போகுது?' சிரிக்காமல் கேட்டான் சந்திரன், 'அவங்க ஜாதகத்தை எடுக்கட்டும், நீ மெதுவா ஃபோட்டோவைப் பார்த்து உன் விருப்பம் சொல்லு. எல்லாம் முடிவானப்புறம், நீ எப்போ சொல்றியோ அப்போ கல்யாணத்தை வெச்சுக்கலாம்.'

'ம்ம்...' ஒப்புதல்போல் தலையாட்டினான் அரவிந்தன். 'பார்க்கலாம்...'

'என்ன பார்க்கலாம்?' எங்கோ திரும்பிக்கிடக்கும் அவனுடைய தாடையைப் பற்றித் திருப்பினான் சந்திரன், 'சரின்னு சொல்லு...'

'பார்க்கலாம்பா...' முரட்டுத்தனமாக மீண்டும் திரும்பிக் கொண்டான் அரவிந்தன்.

அந்த வேகத்தில் சந்திரன் கொஞ்சம் அவமானப்பட்டுவிட்டது போல் தெரிந்தான். சிறிது நேரம் அமைதி காத்தபின், 'உனக்கு என்மேல என்ன கோவம்?' என்றான் நேரடியாக.

'கோவம்ல்லாம் எதுவும் இல்லடா' சட்டென்று சொன்னான் அரவிந்தன். நாக்கு வறண்டு மேலண்ணத்தில் ஒட்டிக் கொண்டது. 'இன்னிக்கு நீ ஏன் இப்படி கண்டபடி உளர்றே?'

அவனுடைய மறுப்பை சந்திரன் கொஞ்சமும் மதிக்கவில்லை, 'உண்மையைச் சொல்லு, என்மேல இருக்கற

கோவத்தினால்தான் நீ இப்போ கல்யாணத்துக்கு ஒத்துக்க மாட்டேங்கறே...' என்றான்.

'ப்ச், சும்மா நீயே எதையாவது கற்பனை செஞ்சுக்காதேடா' என்று அதட்டலாகச் சொன்ன அரவிந்தன், அனிச்சையாக சந்திரனின் கையைப் பற்றித் தனது உள்ளங்கைகளுக்குள் வைத்துக் கொண்டான், 'தப்பா நினைச்சுக்காதே மச்சி, எனக்கு இப்போ என்ன குழப்பம்ன்னு என்னாலயே தெளிவா சொல்ல முடியலடா. இதெல்லாம் சரியாகட்டும். அதுக்கப்புறம் நீங்க என்ன சொன்னாலும் கேட்கறேன், அதுவரைக்கும் நீயும் என்னை கட்டாயப்படுத்தாதேடா, ப்ளீஸ்...'

கையை விடுவித்துக்கொண்ட சந்திரன், 'அப்புறம் ஏன் நீ எங்க வீட்டுக்கு வரவேமாட்டேங்கறே?' என்றான்.

தயக்கத்தோடு தலை குனிந்துகொண்ட அரவிந்தன், 'வரக்கூடாதுன்னு இல்லடா. ஏதோ, அடிக்கடி வரமுடியறதில்லை. அவ்ளோதான்' என்றான் முணுமுணுப்பாக. பின்னர், வரவழைத்துக்கொண்ட கேலிச் சிரிப்புடன், 'புதுசா கல்யாண மானவங்களை அடிக்கடி டிஸ்டர்ப் பண்ணக்கூடாதுன்னு புறநானூறுல சொல்லியிருக்குடா, உனக்கு தெரியாதா?' என்றான் புன்னகைத்து.

'பேச்சை மாத்தாதே...' சந்திரனின் குரலில் நெடுநாட்களாக அடக்கிவைத்திருந்த எரிச்சல் தொனித்தது, 'உன்னைப்பத்தி எனக்கு தெரியும். நீ என்னை வேணும்ன்னே இக்னோர் பண்றே, நான் பார்த்துகிட்டேதான் இருக்கேன்.'

'இல்லடா' என்று உடனடியாகச் சொன்ன அரவிந்தன், அதன் பிறகு மேலும் பேசி அதை நிரூபிக்கவேண்டிய அவசியமில்லை என்பதுபோல் சில விநாடிகளுக்கு மௌனித்திருந்தான். பின்னர், 'வேற எதுனா பேசுவோமே...' என்றான் சங்கடமாகச் சிரித்து. 'கல்யாண வாழ்க்கை எப்படி போயிட்டிருக்கு?'

'ம்ம், அதுக்கென்ன?' சந்திரனிடமிருந்து விட்டேத்தியான பதில் வந்தது. பின்னர், 'அவ அம்மா வீட்டுக்கு போயிருக்கா, இன்னிக்கு நைட் வீட்டுக்கு வாயேன்... நாம சேர்ந்து தண்ணியடிச்சு ரொம்ப நாளாச்சு' என்றான்.

அவன் சொன்னது காதில் விழாததுபோல், எங்கோ பார்த்துக் கொண்டிருந்தான் அரவிந்தன். சந்திரனுக்குத் தான்

இரண்டாம்பட்சமாகிவிட்டோம் என்பது இப்போது அவனுக்கு மிகத் தெளிவாகப் புரிந்தது.

ஆனால், சந்திரனுக்காவது, தனது அக்கறைக்குரிய முதல் விஷயம் எது என்று நிச்சயமாகத் தெரிந்திருக்கிறது. எனக்கு?

5

'**காஜ**ு கத்லி' என்றாள் அவள், 'இது ஒரு வட இந்திய ஸ்வீட், மதராஸிகளுக்கு பிடிக்குமோ, பிடிக்காதோ...' கொச்சை ஆங்கிலத்தில் சொல்லிவிட்டுச் சிரித்தாள்.

பிளாஸ்டிக் டப்பாவில் அவள் நீட்டிய இனிப்பிலிருந்து மேலும் ஒரு துளியை விண்டு வாயினுள் போட்டுக்கொண்டு, 'இட்ஸ் வெரி நைஸ்' என்று உபசாரமாகச் சொன்னான் அரவிந்தன். 'இப்போதெல்லாம் சவுத் இந்தியாவில் உங்கள் ஊர் ஸ்வீட்தான் நிறைய விற்கிறது!'

'நாங்களெல்லாம் ரொம்ப இனிப்பான மனிதர்களாக்கும்' என்று சொல்லிவிட்டு, மீண்டும் கலகலவென்று சிரித்தாள் அவள், 'இன்னும் கொஞ்சம் ஸ்வீட் வேணுமா?'

'ஐயோ, போதும்...' கைகளிரண்டையும் முன்னே நீட்டி மறுத்தான் அரவிந்தன், 'இதற்குமேல் சாப்பிட்டால் திகட்டிவிடும்.'

'ஓக்கே' என்று தோள்களைக் குலுக்கிக்கொண்டு முன்னே நடந்தாள் அவள். மேஜைமேலிருந்த காகிதத் துண்டில் கைகளை நன்றாகத் துடைத்துக்கொண்டு அமர்ந்தான் அரவிந்தன்.

காலையிலிருந்து இதுவரை எல்லாம் ஒழுங்காகச் சென்று கொண்டிருக்கிறது. உங்கள் நிறுவனத்துடனான ஒப்பந்தத்தை இதோ, இந்த விநாடியில் கிழித்துப்போட்டுவிடப்போகிறேன்

என்று எகிறிக் குதித்துக்கொண்டிருந்த கஸ்டமர், இன்று காலை அரவிந்தனை நேரில் பார்த்ததும் குழைந்து சிரிக்க ஆரம்பித்து விட்டான்.

எல்லோருக்கும் அவரவருடைய வேலைதான் முக்கியமாக இருக்கிறது. எப்படிக் கத்தினால், எதிராளிக்கு அஸ்தியில் ஜுரம் காணும் என்று தெரிந்துகொண்டு, அதன்படி கூச்சலிட்டு வேலை வாங்கிவிடுகிறார்கள்.

இத்தனைக்கும் இந்த வேலை அப்படியொன்றும் அவசரமில்லை. ஏற்கெனவே பெங்களூரில் ஓரளவு தயாராகிவிட்ட விஷயம்தான். இன்னும் இரண்டு வாரம் பொறுத்திருந்தால், எல்லாப் பூச்சிகளையும் பிடித்துக் கொன்று, பிழையில்லாமல் தந்திருப்பான்.

ஆனால், அதற்கெல்லாம் நேரமில்லை. செய்தவரையில் இப்போதே கொண்டுவந்து கொட்டு என்று ஒரு வாரமாக அலறிச் சாதிக்கிறான் காசு கொடுத்தவன். நியாயப்படியான, தர்க்கரீதியிலான எந்த சமாதானங்களும் அவனிடம் செல்லுபடியாகவில்லை. ஆகவே, 'இந்தாடா மஹாராஜா' என்று எல்லாவற்றையும் தூக்கிக்கொண்டு கிளம்பி வந்தாகிவிட்டது.

எழுதிய சாஃப்ட்வேரை ஓரளவு தட்டிக்கொட்டி நேராக்கி, இங்கே உள்ள பிரதானக் கணினியில் நிறுவியாகிவிட்டது. ஆங்காங்கே சில பிழைகள் தென்பட்டாலும், குறையில்லாமல் தான் ஓடுகிறது.

என்றாலும், அரவிந்தனுக்கு இதில் முழுத் திருப்தி இல்லை. அரைத் திருப்திகூட இல்லை. ஒரு வேலையை முழுமையாகச் செய்ய நேரம் கொடுக்காமல், அரை வேக்காட்டில் பரிமாறக் கேட்கிறவர்களை என்னதான் செய்யமுடியும்?

இத்தனைக்கும் நடுவே ஒரே ஒரு நிம்மதி, ஏழெட்டு நாட்களாவது ஆகும் என்று நினைத்திருந்த வேலை, இன்றைக்கோ, நாளைக்கோ முடிந்துவிடும்போல் தோன்றுகிறது. அதிர்ஷ்டமிருந்தால், புதன்கிழமை மதிய நேர ஃப்ளைட் எதிலாவது தொற்றிக் கொண்டு கிளம்பிவிடலாம்.

செல்விக்கு ஃபோன் செய்யலாமா என்று யோசனையாக இருந்தது அரவிந்தனுக்கு. ஆனால், இப்போது அவளிடம் இதைச் சொல்லிவிட்டு, நாளைக்குப் புதிதாக வேறொரு வேலை முளைத்துவிட்டால், திரும்பிச் செல்வது தாமதமாகிவிடும்.

அந்த ஏமாற்றத்தை அவளுக்குத் தரவேண்டாமே என்று நினைத்தான் அவன்.

சிறிது நேரம் இதே யோசனையில் புதுப் பேனாவால் மேஜை நுனியில் தட்டிக்கொண்டிருந்தான். பிறகு, பேனாவை பாக்கெட்டில் செருகிக்கொண்டு, மேஜையோரத்திலிருந்த தொலைபேசியை நடுவில் இழுத்துக் காதுக்குக் கொடுத்தபடி, செல்பேசியில் சந்திரனின் எண்ணைத் தேடலானான்.

'சந்திரன்' என்ற பெயரிலேயே மொத்தம் மூன்று எண்கள் இருந்தன. எல்லாமே, பத்து இலக்கங்கள் கொண்ட செல்பேசி எண்கள்தான். ஆகவே, அவற்றில் எது அவனுடைய இப்போதைய எண் என்று நிச்சயமாகத் தெரியவில்லை.

மூன்றில் நடுவாக இருந்த எண்ணைத் தேர்ந்தெடுத்து ஒற்றினான் அரவிந்தன், பத்து எண்களையும் தட்டி முடித்த மறுவிநாடி, 'இந்த எண் உபயோகத்தில் இல்லை' என்று ஆங்கிலத்திலும், ஹிந்தியிலும் செய்தி வந்தது. இணைப்பைத் துண்டித்துவிட்டு, வேறொரு எண்ணை முயன்றான். அதுவும் தோல்வி. மூன்றாவதும் அதே கதைதான்.

பாவிப் பயல். மீண்டும், செல்பேசி எண்ணை மாற்றிவிட்டான். அல்லது, பழையபடி வெளிநாடு சென்றுவிட்டானோ என்னவோ!

சமீபத்தில் எப்போதோ புது வீடு வாங்கியிருக்கிறேன், அடுத்த வாரம் கிரகப்பிரவேசம் என்று ஈமெயில் அனுப்பினான். அதைத் தேடிப் பிடித்தால், முகவரி, ஃபோன் நம்பர் எல்லாம் கிடைத்துவிடும்.

தொலைபேசியை அதனிடத்தில் வைத்துவிட்டு, கணினியை உயிர்ப்பித்து இணையத்துள் புகுந்தான் அரவிந்தன். அவனது நிறுவனத்தின் பிரத்யேக மின்னஞ்சல் தளத்தினுள் நுழைந்து, 'சந்திரன்' என்ற பெயரில் தேடியபோது, அந்த ஈமெயில் உடனடியாகக் கிடைத்துவிட்டது.

பம்பாய்தான். ஆனால், அவனுடைய அபார்ட்மென்டின் பெயர் வாயில் நுழையும்படியாக இல்லை. ஆகவே, முகவரியைத் தவிர்த்து, அங்கே கண்டிருந்த தொலைபேசி எண்ணைமட்டும் குறித்துக்கொண்டு அழைத்தான் அரவிந்தன்.

'ஹலோ, யார் பேசறது?' என்று சுத்தமான ஹிந்தியில் கேட்ட பெண் குரலில் இப்போது கொஞ்சமும் மலையாள வாடை இல்லை. ஆனால், கைச்சுற்றல் யந்திரத்தில் காபிப்பொடி அரைத்தாற்போன்ற அந்த லேசான கரகரப்புதான் சந்திரன் மனைவியை அவனுக்கு அடையாளம் காட்டியது. இப்போது அவளுக்குத் தன்னை நினைவிருக்குமா என்கிற தயக்கத்துடன் அறிமுகப்படுத்திக்கொண்டான்.

'எப்படி இருக்கீங்க? சௌக்யமா?' உற்சாகமாக விசாரித்தாள் அவள், 'உங்க வொய்ஃப் நல்லாயிருக்காங்களா?'

அவளது விசாரிப்புகளுக்கெல்லாம் பொறுமையாக பதில் சொல்லிவிட்டு, சந்திரனின் செல்பேசி எண்ணைக் கேட்டான் அரவிந்தன், 'அவங்க இப்போ சவுதி அரேபியாவிலே இருக்காங்களே...' என்றாள் அவள். 'அந்த நம்பர் கொடுக்கட்டுமா?'

சந்திரன் ஊரில் இல்லை என்று தெரிந்ததும், அரவிந்தனுக்கு ரொம்ப ஏமாற்றமாக இருந்தது. என்றாலும், அந்த எண்ணைக் கேட்டுக் குறித்துக்கொண்டான், 'அவன் பேசினான்னா, நான் பம்பாய் வந்திருந்தேன்னு சொல்லுங்க' என்றான்.

'வீட்டுக்கு வாங்களேன்...' என்றாள் அவள். 'உங்க மனைவியும் உங்களோடதான் வந்திருக்காங்களா?'

'இல்லைங்க, அடுத்தவாட்டி வர்றேன்...' என்றான் அரவிந்தன். 'நான் இன்னிக்கு நைட் ஃப்ளைட்ல ஊருக்கு கிளம்பணும், அதனாலதான்...' என்றான் பிற்சேர்க்கையாக.

'சரிங்க, ஞாபகம் வெச்சிருந்து ஃபோன் பண்ணதுக்கு ரொம்ப தேங்க்ஸ். அவர்கிட்டே சொன்னா சந்தோஷப்படுவார்' என்று சொல்லிவிட்டு வைத்தாள்.

தொலைபேசியைக் கீழே வைத்தபிறகும், சிறிது நேரத்துக்கு ஏதோ பிரமை பிடித்தவன்போல் அதையே பார்த்துக் கொண்டிருந்தான் அரவிந்தன். பசித்தது.

சந்திரன் மீண்டும் வெளிநாடு சென்றிருக்கிறான் என்கிற தகவல் அவனுக்கு ஆச்சரியமூட்டியது. ஏனெனில், சென்றமுறை அவனைச் சந்தித்தபோது, எத்தனை குறைச்சலாக சம்பளம் வந்தாலும் பரவாயில்லை, இனிமேல் இந்தியாவில்தான் என்று கற்பூரம் அணைக்காத குறையாகச் சத்தியம் செய்தான்.

'எல்லாரையும் விட்டுட்டு அங்கே போய் உட்கார்ந்திருக்கிறதுன்னா சுத்த பைத்தியக்காரத்தனமா இருக்குடா' என்பது அவனுடைய வாதமாக இருந்தது. 'ஃபேமிலியோட அங்கே போறதுகூட கொஞ்சம் பரவாயில்லை. அப்பவும், நம்ம ஊர் சாப்பாடு, சூழ்நிலையையெல்லாம் மிஸ் பண்ணுவோம் தான். ஆனா, இப்படி கைவிடப்பட்டமாதிரி தனிமையா உணரமாட்டோம்.'

அரவிந்தன் இதுவரை வெளிநாடு சென்றதில்லை என்பதால், அப்போது அவன் பேசப்பேச நிச்சயமில்லாமல்தான் தலையாட்டிக்கொண்டிருந்தான். ஆனால் இப்போது, உள்ளூர்ப் பயணங்களின்போதே அந்தத் தனிமையை அனுபவித்துக் கொண்டிருப்பதால், அவன் சொன்னதன் நியாயம் புரிகிறாற் போலிருக்கிறது.

ஆனால், இத்தனை பேசிவிட்டு, அவன் ஏன் மீண்டும் வெளிநாடு சென்றிருக்கிறான் என்பதுதான் புரியவில்லை. 'நம்ம ஊரோட ஒப்பிட்டா நிறைய்ய காசு வருது. அது உண்மைதான். ஆனா, எல்லாமே நல்லதுன்னு ஒரு விஷயம் இருக்கமுடியுமா என்ன? நாங்க எதையெல்லாம் இழக்கறோம்ன்னு எங்களுக்குதானே தெரியும்?' என்றபோது அவன் முகத்தில் தெரிந்த வேதனை உண்மைபோல்தான் தோன்றியது.

'இதில வேடிக்கை என்னன்னா, இதெல்லாம் நாங்களே வரவழைச்சுகிட்ட விஷயம்ங்கறதால, வாய் விட்டு புலம்பக்கூட முடியாது. எதுனா பேசினா, காசுக்காகதானே இங்கே வந்தே? எதிர்பார்த்த அளவு காசு கிடைக்குதுதானே? அப்போ, வாயைப் பொத்திகிட்டு சும்மா கிடன்னு அதட்டுவாங்க' என்று சொல்லிச் சிரித்துவிட்டு, 'உனக்கு என்னோட சின்ஸியர் அட்வைஸ்டா, தயவுசெஞ்சு பொண்டாட்டியை இங்கே விட்டுட்டு வெளிநாடு, அது, இதுன்னு கிளம்பிடாதே. இங்கே அவங்களும், அங்கே நீயும் தனித்தனியா அனுபவிக்கிற மனக்கஷ்டம் இருக்கு பாரு, மகா கொடுமை. ஒருவேளை, உங்க பிரிவு, விரிசலாகிட்டா, அப்புறம் அதைச் சரி செய்ய பணத்தால முடியாது, எதாலயும் முடியாது.'

இப்படியெல்லாம் சந்திரன் நிறுத்தாமல் பேசிக்கொண்டிருந்த போது, உடல்ரீதியிலான தேவைகளின் இழப்பைதான் அவன் சொல்கிறான் என்று சந்திரன் நினைத்திருந்தான். ஆகவே,

அப்போது அதைப்பற்றி மேலும் கேட்பதற்குக் கொஞ்சம் கூச்சமாகவே இருந்தது அவனுக்கு.

ஆனால், அந்தப் புரிதல், பதின்பருவத்தின்போது, காமத்தையும் தாண்டிய நேசம் ஒன்று இருக்கலாம் என்று ஊகிக்கக்கூட முடியாததுபோல்தான். சந்திரனின் அன்றைய பேச்சுக்கு வேறு அர்த்தங்கள் அதன்பிறகான பயணங்களின்போது மெல்ல மெல்ல புரியத்தொடங்கியது.

ஊரிலிருந்து கிளம்பும்போதே மனது அழுந்திப் பிசைவதும், அதன்பிறகு சந்தர்ப்பம் வாய்க்கும்போதெல்லாம் தொலைபேசியில் அழைத்து ஏதேனும் விசாரிக்கவேண்டும் என்கிற பரபரப்பும், எந்த சௌகர்யம் கிடைத்தாலும், கிடைக்காவிட்டாலும் அதை செல்வி எப்படிக் கையாண்டிருப்பாள் என்றே சிந்தனை ஓடுவதும், நட்சத்திர ஹோட்டல் சாப்பாட்டை வாயில் திணித்தபடி, இந்நேரம் செல்வி நேற்றைய சாம்பாரைச் சூடு பண்ணிச் சாப்பிட்டுக்கொண்டிருப்பாளா என்று குற்றவுணர்ச்சியும், வந்த வேலை முடிந்தபின் அடுத்துக் கிடைக்கும் முதல் விமானத்தில் திரும்பிவிடவேண்டும் என்கிற துடிதுடிப்பும், துணையின்மீது பாயத் துடிக்கிற மிருக இச்சைதானா என்று கேள்வியாகவே இருந்தது அவனுக்கு.

ஆனால், பயணம் சிறிதானாலும், பெரிதானாலும், ஒருவழியாக அது தீர்ந்து அவனை விடுவிக்கிற இரவுகள், காமத்தின் பாற் பட்டவையாக இல்லை என்பதுதான் அவனுக்குக் கிடைத்த முதல் போதி மரச் சுவடு. பயணப் பெட்டியைக் கீழே இறக்கி வைத்துவிட்டு, டாக்ஸிக்காரனுக்குக் கணக்குத் தீர்த்துக் கொண்டிருக்கும்போதே, மேல் மாடியிலிருந்து உற்சாகமாகக் கையசைக்கும் செல்வியின் சிரித்த முகம் தருகிற நிம்மதி, அதன்பிறகு வேறெதுவும் தேவையில்லை என்றாக்கிவிடுகிறது.

சிறு பிள்ளைகள், பாதுகாப்புக்காக ஒரு துண்டையோ, போர்வையையோ கையில் பற்றிக்கொண்டிருப்பதுபோல்தான், தாங்கள் ஒருவரையொருவர் இறுகப் பிடித்துக்கொண்டிருக் கிறோம் என்று தோன்றியது சந்திரனுக்கு. அந்த அருகாமையும், கதகதப்பும்தான் எல்லாமே. அது இல்லாதபோது, எப்போது மீண்டும் கிடைக்கும், ஒருவேளை கிடைக்காமலே போய் விடுமோ என்றெல்லாம் பைத்தியக்காரத்தனமாக நினைக்கத் தோன்றிவிடுகிறது.

ஒருவிதத்தில் இதுவும் சுயநலம்தான். எனது பாதுகாப்பிற்காக, நிம்மதிக்காக நான் உன்னைச் சார்ந்திருக்கிறேன். ஆனால், நீயும் அவ்வாறே எனும்போது, தனிப்பட்ட தேவைகள், எதிர்பார்ப்புகள் மசங்கலாகி, அந்தச் சகப்பிணைப்புதான் இருவருக்கும் தெம்பு தருவதாக இருக்கிறது.

இப்படியெல்லாம் பலவீனமாக யோசிப்பது பிற்போக்குச் சிந்தனையாகாதா என்று சிரிப்புடன் எண்ணிக்கொண்டான் அரவிந்தன். அன்றைக்குச் சந்திரன் பேசியதையெல்லாம் அப்படிதான் அவன் நினைத்தான்.

ஆனால், பிற்போக்கும், முற்போக்கும் நமது கண்கள் எந்தத் திசையில் திரும்பியிருக்கிறது என்பதைப்பொறுத்துதானே?

6

இத்தனை அழுக்காகவும், ஒழுங்கின்றியும் ஒரு நகரம் இருக்க முடியுமா என்று அரவிந்தனால் நம்பவே முடியவில்லை.

பெரிய மழைகூட அவசியமில்லை, சின்னச் சின்ன தூறல்களுக்கே பம்பாயின் தார்ச் சாலைகள் அகலத் திறந்து கொண்டன. சாலையோரம், நடு ரோடு, பிளாட்ஃபாரம் என்று வித்தியாசமில்லாமல் எங்கு பார்த்தாலும் சேறும், அழுக்குத் தண்ணீரும்.

பம்பாய் மொத்தமுமே, ஒரு பெரிய அழுக்குக் குட்டைபோல் தான் தெரிந்தது அவனுக்கு. சாலையில் நடப்பதற்கே அருவருப்பாக இருந்தது. எங்கு பார்த்தாலும் அழுத்தமான கறுப்புக் கறை படிந்த சுவர்களும், கூரைகளும், கதவுகளும், நசநசத்த குறுக்கு வீதிகளும் எரிச்சலூட்டின.

பேசாமல் இன்றைக்கும் ஹோட்டல் அறையிலேயே கிடந்திருக் கலாம் என்று தோன்றியது அரவிந்தனுக்கு. வேலை கொஞ்சம் சீக்கிரமாக முடிந்துவிட்டதால், அறைக்குச் சென்று, உடை மாற்றிக்கொண்டு, சும்மா நடக்கலாமே என்று வெளியே கிளம்பி, மழையில் மாட்டிக்கொண்டான்.

இப்போது மழை நின்றுவிட்டது. ஆனால், திரும்பி நடக்க முடியாதபடி எங்கு பார்த்தாலும் அமீபா அமீபாவாகச் சேற்றுக்

குட்டைகள். அவற்றைக் கொஞ்சமும் கண்டுகொள்ளாமல், எப்போதும்போன்ற பரபரப்புடன் ஓடுகிற மும்பைவாசிகளைப் பின்பற்ற அவனால் முடியவில்லை. எங்கே கால் வைத்தாலும் வழுக்குகிறது. அழுக்குத் தரையில் தவறி விழுந்துவிடுவோமோ என்று பயமாயிருக்கிறது.

பலவிதமான விநாயகர் சிற்பங்களை விற்றுக்கொண்டிருந்த ஒரு கடையோரத்தில் ஒதுங்கியிருந்த அரவிந்தன், வீதியில் ஆட்டோவோ, டாக்ஸியோ தென்படுகிறதா என்று அங்கிருந்தே எட்டிப்பார்த்தான். ம்ஹூம்... இத்தனை பரபரப்பாக வியாபாரம் நடந்துகொண்டிருக்கிற தெருவில் நிச்சயமாக வாடகை வண்டிகளை நுழைய விடமாட்டார்கள்.

சிறிது நேரம் காத்திருந்தபின், அந்தக் கடை நிழலிலிருந்து வெளியே வந்தான் அரவிந்தன். சாலையில் எப்போதும்போல் கூட்டம் நிரம்பியிருந்தது. மழைக்குத் தற்காலிகமாக மூடிய பிளாட்ஃபாரக் கடைகளெல்லாம், ஒன்று மிச்சமில்லாமல் மீண்டும் புத்துயிர் பெற்றாகிவிட்டது.

பெரும்பாலான கடைகள் தரையிலோ, அல்லது சின்னஞ்சிறிய மர மேஜையின்மீதோ ஒரு குட்டி ஜமுக்காளத்தை விரித்து, அதில் அடுக்கடுக்காகக் கண்டதையும் நிறைத்திருந்தார்கள். பெரியவர்கள், சிறுவர்களுக்கான ஆடைகள், பள்ளிச் சீருடைகள், காது, மூக்கு, கழுத்து ஆபரணங்கள், கூந்தல் க்ளிப், துணி காய வைக்கிற க்ளிப், நைலான் கயிறு, பொம்மைகள், சீதாப்பழம், மண் விளக்குகள், முந்திரிப் பருப்பு, உலர் திராட்சை, கல்யாண மொய் எழுதுகிற அலங்காரக் கவர்கள், ஏலக்காய் டீ, மூலிகை மருந்துகள், இன்னும் என்னென்னவோ...

செல்விக்கு எதையாவது வாங்கலாம் என்றுதான் இந்தக் கடைவீதியில் வந்து மாட்டிக்கொண்டிருந்தான் அரவிந்தன். இங்கே தரையெங்கும் சிந்திக்கிடக்கிற அழுக்கைப் பார்த்ததும், அவளுக்கேற்றது எதுவுமே இங்கே கிடைக்கப்போவதில்லை என்று நிச்சயமாகத் தோன்றிவிட்டது.

பொதுவாகவே, செல்விக்குப் பரிசுகள் தேர்ந்தெடுப்பது அத்தனை சுலபமான விஷயமில்லை.

'எனக்கென்ன குறைச்சல்?' என்பது அவள் அடிக்கடி சொல்கிற வாக்கியம், 'போதும் போதும்ன்னு சொல்ற அளவுக்கு பகவான்

எனக்கு எல்லாமே நல்லதா கொடுத்திருக்கான். இதை அப்படியே வெச்சுகிட்டாலே யதேஷ்டம்' என்பாள் தத்துவஞானிபோல்.

அந்த வார்த்தைகளை அவள் உணர்ந்துதான் சொல்கிறாளா என்று தெரியாது. ஆனால், தனக்கான தனிப்பட்ட தேவைகள் என்று எதுவுமே இல்லை என்பதுபோல்தான் அவள் நடந்து கொண்டாள்.

தீபாவளி, பொங்கல், திருமண நாள் போன்ற விசேஷங்களின் போதுகூட, அரவிந்தனால் அவளுக்குப் பரிசு தர முடிந்ததில்லை. செல்விக்குத் தங்கம் என்றாலே அலர்ஜி. பட்டுச் சேலை தேர்ந்தெடுப்பதானால், 'லட்சம் பட்டுப் புழுக்களை கொன்று தான் நாம் பண்டிகை சந்தோஷப்படவேண்டுமா?' என்பாள். சரி, சாதாரணச் சேலை பார்க்கலாம் என்றால், 'இப்போல்லாம் நான் சேலையே கட்றதில்லை...' என்று பதில் வரும்.

'ஓகே, நல்லதா ஒரு சுரிதார் வாங்கிக்கோயேன்...'

'ம்ம், பார்க்கலாம்...' என்று தலையசைத்தாலும், எதையும் வாங்கிக்கொள்ளமாட்டாள். அவனாகப் பார்த்து எதையாவது வாங்கிச்சென்றாலும், 'இதுக்கு இவ்ளோ விலை அதிகம்' என்பாள் முகத்திலடித்தாற்போல். 'கண்டபடி செலவு பண்றே நீ!'

'இருக்கட்டும் செல்வி, கொஞ்சம் காஸ்ட்லியாதான் ஒரு ட்ரெஸ் போடக்கூடாதா?' கொஞ்சலாகக் கேட்பான் அவன்.

'அஸ்கு புஸ்கு, சம்பாதிக்கறது உன் புருஷனா? என் புருஷனா?' என்று அதற்கும் ஒரு கேலியான பதில் பிறக்கும்.

இப்படிக் கிண்டலாகப் பேசினாலும், கடைசிவரை, அந்தப் பரிசை வெளிப்படையாக ஏற்று அங்கீகரிக்கவேமாட்டாள் செல்வி. ஒவ்வொருமுறையும், விலை அதிகம், அல்லது, இந்த நிறம் எனக்கு எடுப்பாக இருக்காது, அல்லது, இதேமாதிரி டிஸைன் என்னிடம் ஏற்கெனவே இருக்கிறது, அல்லது, இது எனக்குப் பொருத்தமாக இல்லை என்றெல்லாம்தான் நொட்டைப் பேச்சு.

உண்மையில், அரவிந்தன் வாங்கிவருவது எதுவானாலும், செல்விக்கு அது பிரியம்தான். பீரோவின் உள் அடுக்கு ஒன்றில் அவன் அவளுக்கு வாங்கித் தந்திருக்கும் பரிசுகள் எல்லா வற்றையும் பத்திரமாகச் சேர்த்துவைத்திருக்கிறாள்.

எப்போதாவது, அதிலிருந்து ஒரு பச்சை சுரிதாரையோ, இதய வடிவத்தில் புறாக்கள் பறக்கும் காதணியையோ அவள் எடுத்து அணியும்போது, அதை அவன் கவனிக்கவேண்டும், எப்போது, எந்த சந்தர்ப்பத்தில் அதைப் பரிசளித்தோம் என்று நினைவுகூர வேண்டும் என்றெல்லாம் எதிர்பார்ப்பாள் செல்வி.

ஆனால், இந்த விஷயத்தில் அரவிந்தன் ஒரு மகா மக்கு. அலுவல் விஷயங்களில் தொடங்கி, அடுத்த வீட்டுப் புதுச் சிநேகிதர்வரை எல்லாவற்றையும் சடார்சடாரென்று மறந்துவிடுவான்.

ஆகவே, அவன் வாங்கிக் கொடுத்த புடவையையோ, அல்லது நகையையோ அணிந்துகொண்டு செல்வி அவன்முன்னே வந்தாலும்கூட, கண்டிப்பாக அவனுக்கு அந்தப் பரிசை நினைவிருக்காது. முகத்தில் எந்த விசேஷ உணர்வையும் காண்பிக்காமல், அவன்பாட்டுக்குத் தனது வேலையைப் பார்த்துக்கொண்டிருப்பான். இந்த அலட்சியம், அல்லது கவனக்குறைவு, செல்விக்கு அரவிந்தனிடம் பிடிக்காத விஷயங்களில் ஒன்று.

சிறிது நேரம் பொறுத்துப் பார்த்துவிட்டு, 'இந்த ட்ரெஸ் எப்படி இருக்கு?' என்று நேரடியாகவே கேட்டுவிடுவாள் அவள்.

அப்போதுதான் தூக்கத்திலிருந்து விழித்தவன்போல் அவளைப் புதிதாகப் பார்த்துவிட்டு, 'ஓ, பிரமாதம்' என்பதுபோல் ஏதேனும் சம்பிரதாயமாகச் சொல்வான் அரவிந்தன், 'ஏது? புதுசா வாங்கினியா?'

அவ்வளவுதான். செல்வியின் முகத்தில் எள்ளும் கொள்ளும் வெடிக்கத் தொடங்கிவிடும். அவனைக் கண்டபடி திட்டி விட்டுப் போய்விடுவாள். எதற்காக இந்தக் கோபம் என்று தெரியாமல் விழித்துக்கொண்டிருப்பான் அரவிந்தன்.

மனதில் உண்மையான அன்போடு அந்தப் பரிசைத் தேடித் தேர்ந்தெடுத்திருந்தால், கண்டிப்பாக அது மறக்காது என்பது அவளுடைய கட்சி. சும்மா, கடமைக்காக, கண்ணில் படுகிற எதையாவது வாங்கிப் பரிசளித்துவிடுகிற அலட்சியம், பணக் கொழுப்பின் அடையாளம் என்பாள்.

இந்த விஷயத்தைப் புரிந்துகொண்டபிறகு, செல்விக்கு எது வாங்குவதானாலும், அதீத கவனத்துடன் இருக்கிறான் அரவிந்தன். ஆடைகள், வீட்டு உபகரணங்கள், நகைகள் என்று

வழக்கமான பொருட்கள் எதையும் வாங்குவதில்லை. பொதுவாக வீட்டில் நாம் பயன்படுத்தாத, ஷோ கேஸில் வைத்துப் பாதுகாப்பதுபோன்ற, அதைவிட முக்கியமாக, பார்த்ததும் பரிசுப்பொருள் என்று அடையாளம் தெரிகிறமாதிரியான அலங்கார வஸ்துகளைதான் வாங்கவேண்டும், அதைவிட முக்கியமாக, அவள் வற்புறுத்திக் கேட்டால்கூட, விலையைச் சொல்லக்கூடாது.

கடந்த அரை மணி நேரமாக, அந்தமாதிரியான ஒரு பரிசைதான், இந்த அழுக்கு வீதிகளில் தேடிக்கொண்டிருக்கிறான் அரவிந்தன். சுற்றிச் சுற்றி, அதே சிற்சில பொருட்கள்தான் கண்ணில் படுகின்றன. அச்சில் வார்த்தெடுத்த பொம்மைகள்போல், ஒரேமாதிரியான பரபரப்பு வாழ்க்கையை வாழ்கிற மனிதர்களிடையே, இதுபோன்ற புதுமையான விஷயங்களை எதிர்பார்க்க முடியாதுபோல.

நெடுநேரம் சுற்றியலைந்தபின், வீட்டுக் கதவில் மாட்டுவது போன்ற ஒரு அழகிய பிளாஸ்டிக் தோரணத்தைப் பார்த்தான் அரவிந்தன். ஒரு பக்கம் ஸ்வஸ்திக் சின்னம், மறுபக்கம் சமஸ்க்ருத 'ஓம்' என்று பார்ப்பதற்கு ஜோராக இருந்தது. நூற்றைம்பது ரூபாயோ என்னவோ விலை, பேரம் பேசினால் இன்னும்கூட குறையலாம்.

அதே கடையில், சின்னச் சின்னதாகச் செருப்புகள் விற்றார்கள். நமது உள்ளங்கையில் பாதியளவுகூட நிரம்பாத குட்டியூண்டு செருப்புகள். நிஜச் செருப்பைப்போலவே அதில் வார் தைத்து, ஒரு நுணுக்கமான பூ வடிவம்கூட செய்திருந்தார்கள்.

தோரணம் வாங்கலாமா, குட்டிச் செருப்பு வாங்கலாமா என்று அரவிந்தனால் முடிவுசெய்ய முடியவில்லை. இரண்டையும் வாங்கிவிடலாம் என்றால், அவற்றைச் சேர்த்துப் பார்ப்பதில் ஏதோ அபத்தம் தொனித்தது.

கடைக்காரன் முறைத்துப் பார்க்குமளவு நெடுநேரம் யோசித்தபின், அந்தத் தோரணத்தைமட்டும் பரிசுப் பொட்டலமாகக் கட்டச்சொல்லி வாங்கிக்கொண்டான் அரவிந்தன். பணத்தைக் கொடுத்துவிட்டு வெளியே வந்தபோது, நன்கு இருட்டியிருந்தது.

உள்ளே இருக்கிற பொருளைவிட, அந்தப் பரிசுப் பார்சல் ரொம்ப அழகாக இருந்தது. பிளாஸ்டிக் தோரணத்தை மடித்து, ஒரு சிறிய

அட்டைப்பெட்டியில் இட்டு, சுற்றிலும் பளபளப்புக் காகிதம் சுழற்றி, சாக்லேட்போல் இருபுறமும் அலங்காரப் பாவாடை விரித்து அற்புதமாகச் செய்திருந்தான் அந்தக் கடைக்காரன். இதற்காகவே அவனுக்குக் கூடுதல் விலை கொடுக்கலாம் என்று தோன்றியது அரவிந்தனுக்கு.

ஆனால், இந்தப் பரிசு செல்விக்குப் பிடிக்குமா என்று அவனால் நிச்சயமாகச் சொல்லமுடியவில்லை. பிடிக்கலாம், பிடிக்காமலும் போகலாம். யாருக்குத் தெரியும்?

'பெண்களுக்கு பிடிக்கும்படி நடந்துகொள்வது ரொம்ப கஷ்டம்' என்று அரவிந்தனுடைய முன்னாள் முதலாளி ஒருவர் அடிக்கடி சொல்வார்... 'ஏன்னா, தங்களுக்கு என்ன பிடிக்கும்ன்னு அவங்களுக்கே உறுதியா தெரியாது.'

அவர் சும்மா நகைச்சுவையாகச் சொன்னாரா, அல்லது, நிஜமாகவே ஆழ்ந்து சிந்தித்துச் சொன்ன தத்துவம்தானா என்று தெரியவில்லை. ஆனால், ஒவ்வொரு சிறிய / பெரிய கம்பெனிக் கூட்டத்திலும், இந்தப் புளித்த விஷயத்தைச் சலிக்காமல் சொல்லிக்கொண்டிருந்தார் அவர்.

அதன்பின்னர், இணைய அரட்டையில் அறிமுகமான அமெரிக்கத் தோழி ஒருத்தி, அரவிந்தனுக்கு ஒரு புதுமையான யோசனை சொன்னாள், 'உன் மனைவியை பிரிஞ்சிருக்கும் போது, அடிக்கடி அவளை நினைச்சுப்பியா?'

'கண்டிப்பா!'

'நான் கேட்கறது, வெளியூர் போகும்போதுமட்டுமில்லை' என்று எச்சரித்தாள் அவள். 'உள்ளூர்லயே, நீ ஆஃபீஸ்ல, செல்வி வீட்லன்னு இருக்கும்போது, எப்பவாச்சும், அடடா, இப்போ அவ இங்கே இருந்தா நல்லா இருக்குமேன்னு யோசிச்சிருக்கியா?'

அரவிந்தன் கொஞ்சம் யோசித்துவிட்டு, 'அடிக்கடின்னு சொல்ல முடியாது. ஆனா, அப்பப்போ நினைச்சுப்பேன். உடனே, செல்வி இங்கே இருக்கணும்ன்னெல்லாம் தோணாது. ஆனா, அவகிட்டே பேசணும்போல இருக்கும். முடிஞ்சா, ஃபோன் செய்வேன்.'

'நல்ல விஷயம். ஆனா, நீ அப்படி ஃபோன் செய்யும்போது அவ எதுனா வேலையில பிஸியா இருக்கலாம். இல்லையா? அப்போ உன்னோட ஃபோன் அழைப்பு அவளுக்கு எரிச்சலூட்டலாம் தானே?'

அவள் எங்கே வருகிறாள் என்று புரியவில்லை. ஆனால், அவளுடைய வாதங்களில் நியாயம் இருப்பது தெரிந்தது. ஆகவே, 'ஆமாம்' என்று பொறுமையாக பதில் தட்டினான் அரவிந்தன், 'அது சரி, இதெல்லாம் எதுக்கு விசாரிக்கறீங்க?'

'உன் மனைவி பிறந்த நாளுக்கு ஒரு நல்ல கிஃப்ட் தரணும், அதுக்கு ஒரு ஐடியா கொடுன்னு கேட்டியே...'

'ஆமாம், அதுக்கென்ன இப்போ?'

'அதுக்காகதான் இதையெல்லாம் விசாரிச்சேன்' என்றாள் அவள், 'இனிமே, ஆஃபீஸ்ல இருக்கும்போது, செல்வி ஞாபகம் வந்தா, ஃபோனை எடுக்காதே. அதுக்குமுன்னாடி, ஒரு வெள்ளைப் பேப்பரை எடுத்து, மேலே தேதி, நேரம் எழுதிக்கோ. அப்புறம், இந்த சமயத்தில, செல்வியை ஏன் நினைச்சே, எப்படி நினைச்சே, என்ன நினைச்சே, என்ன கற்பனை செஞ்சேன் னெல்லாம் எழுதிவெச்சுக்கோ. கூச்சப்படாதே, அநாவசியமா பாசாங்கு செய்யாதே. செல்விகிட்டே நேர்ல பேசறதா நினைச்சு கிட்டு, உன் மனசில தோணறது எல்லாத்தையும் பளிச்ன்னு எழுதிடு.'

'ஐயையோ, இதென்ன புது விளையாட்டா இருக்கு?' சிரிப்புடன் கேட்டான் அரவிந்தன், 'இதெல்லாம் என்னத்துக்கு?'

'மக்கு, இதுதான் நீ செல்விக்கு தரப்போற பரிசு...' என்றாள் அவள். 'இப்படி ஒரு வாரத்துக்கு துண்டு துண்டா நிறைய குறிப்பு எழுதி வை, அப்புறம் அதையெல்லாம் தொகுத்து, அவ பர்த்டே அன்னிக்கு அவளுக்கு கொடு. டெய்லி, நீ அவளை எவ்ளோ மிஸ் பண்றேன்னு புரிஞ்சுப்பா.'

அவள் சொன்னதைக் கேட்டதும், அரவிந்தனுக்குச் சிரிப்புதான் அடக்கமாட்டாமல் பொங்கிவந்தது, 'ஆனாலும், நீங்க அநியாயத்துக்கு ஜோக் அடிக்கறீங்க...' என்று அவளைக் கிண்டலடித்தான். அவள் பதில் பேசவில்லை.

அடுத்து வந்த செல்வியின் பிறந்த நாளைக்கு, அரவிந்தன் என்ன பரிசு வாங்கினான் என்று சரியாக நினைவில்லை. ஆனால், அப்போது பைத்தியக்காரத்தனமாகத் தோன்றிய அந்தக் குறிப்பெழுதும் யோசனையை, ஒருமுறை நிஜமாகவே செயல் படுத்திப் பார்த்திருக்கலாமோ என்று இப்போது தோன்றியது. ஒருவேளை, செல்வி அவனிடம் எதிர்பார்க்கிற பரிசு அதுதானா?

இப்போதும் ஒன்றும் தாமதமாகிவிடவில்லை. இன்றைக்குத் தொடங்கி, செல்விக்கு அதுபோன்ற நினைவுக் குறிப்புகள் எழுத ஆரம்பித்தால் என்ன?

7

அலாரம் பலமாக ஒலித்து அவனை எழுப்பியபோது, மணி எட்டரை.

ஆறரைக்கே அலாரம் வைத்திருந்தான். ஆனால், ராத்திரி தூக்கம் வராமல் நெடுநேரம் புரண்டு கொண்டிருந்ததால், ஒருவழியாகக் கண்களை மூடி நித்திரையில் ஆழ்ந்த மறுவிநாடியே அந்த அலாரம் அலறினாற்போலிருந்தது.

ஆகவே, பாதி சலிப்பு, மீதி எரிச்சலுடன் புரண்டு படுத்த அரவிந்தன், ஆறரை மணி அலாரத்தை ஏழு மணிக்கு மாற்றிவைக்க எண்ணினான். ஆனால், தூக்கக் கலக்கத்தில் எட்டரைக்கு மாற்றிவிட்டான்போல.

பதற்றத்துடன் எழுந்துகொண்டான். இனிமேல் பல் தேய்த்து, முகச்சவரம் முடித்து, குளித்துச் சாப்பிட்டுத் தயாராவதற்குள், மணி பத்தைத் தாண்டிவிடும்.

அலுவலகத்துக்குச் சீக்கிரமாகப் போயாகவேண்டும் என்று கட்டாயமெல்லாம் எதுவும் இல்லை. ஆனால், வெளியூரி லிருந்து இங்கே வந்து தங்கியிருக்கும்போது, நேரத்தைக் கொஞ்சமும் வீணடிக்கக்கூடாது என்பது பாலபாடம். ஒரே வேகத்தில் முழுமூச்சாக உட்கார்ந்து வேலையை முடித்துவிட வேண்டும், சோர்வு ஏற்பட்டுவிட்டால் மீள்வது கஷ்டம்.

ஆனால், வெளியூர்ப் பயணம் என்று எங்காவது கிளம்பும்போது தான், ஊரில் உள்ள சோம்பலெல்லாம் மொத்தமாக வந்து கவிந்து கொள்கிறது. காலையில் கண் விழிப்பதில் தொடங்கி, ராத்திரி தூங்குவதுவரை அவனுடைய நேரம் முழுவதையும் அவனே திட்டமிட்டுக்கொள்ளலாம் என்கிற அதீத சுதந்திரம், கட்டுப்பாடு களை அவிழ்த்துவிடுகிறது.

தூக்கம், சாப்பாடு, தினசரி நடவடிக்கைகள் என்று இப்படி எல்லாமே ஒழுங்கற்றுத் தடம்புரண்டுவிடுவதால், மனதுக்கும், உடம்புக்கும் ஏற்படுகிற அழுத்தம், அவன்மட்டும் அனுபவிக்கிற அவஸ்தை.

நல்லவேளையாக, அர்த்தமற்ற சவசவ வேலைகளுக்கெல்லாம் அரவிந்தனை யாரும் வெளியூர்ப் பயணம் அனுப்புவதில்லை. ரொம்பச் சவாலான பிரச்சனை ஏற்படும்போதுதான், அவனை அழைக்கிறார்கள். ஆகவே, அவற்றைச் சமாளித்து முடுக்கிச் சரி செய்கையில், ஒரு முரட்டுக் குதிரையை அடக்கி மேலேறி ஜெயிக்கிறாற்போலொரு வெறியும், குரூரமான திருப்தியும் உண்டாகிறது.

ஆனால், இந்த முறை அந்த நிம்மதியும் கிடைக்கவில்லை. ஏதோ ஒரு காரணத்தைச் சொல்லி அரவிந்தனை இங்கே வரவழைத்து விட்டு, இங்கே வந்தபின் வேறு பல வேலைகளைத் தலையில் கட்டுகிறார்கள், ‘அதான் வந்துட்டியே, இதையும் முடிச்சுக் கொடுத்துட்டு போ’ என்று அதட்டுகிறார்கள். ‘கொசுறா இதையும் செஞ்சுகொடேன்…’ என்று அல்பமாகக் கெஞ்சுகிறார்கள்.

கணினி நுட்பங்கள் தெரியாதவர்களின் கையில் அது சம்பந்த மான வேலைகள் மாட்டிக்கொள்வதுதான் இந்தத் துறையின் மிகப் பெரிய சோகம். இந்த மேலாளர்கள், தங்களுக்கு என்ன வேண்டும் என்பதைச் சொல்லிவிட்டு சும்மா இருக்காமல், ‘இப்படி செய்’, ‘அப்படி செய்’ என்று அவர்கள் தருகிற பைத்தியக்காரத்தனமான யோசனைகளில் மண்டை காய்கிறது. ‘என்னை என்போக்கில் விடுங்களேன்…’ என்று கத்தத் தோன்றுகிறது.

வாடிக்கையாளர்தான் தெய்வம் என்று காந்தியோ, நேருவோ சொல்லியிருக்கிறார். இல்லையென்றால், கணினியைத் தூக்கி அவர்கள் தலையில் போட்டு உடைத்துவிட்டுக் கிளம்பி யிருப்பான் அரவிந்தன்.

என்ன செய்வது, பணமெல்லாம் அவர்கள் கையில்தான் மாட்டிக் கொண்டிருக்கிறது. கணினி சம்பந்தப்படாத பெரிய கம்பெனிகள், தொழிலகங்கள்கூட ஒரு வருடத்துக்கு இத்தனை கோடி என்று கணினி சார்ந்த முன்னேற்றங்களுக்கு ஒதுக்கி விடுகிறார்கள். இந்தப் பெருந்தலைகள் அந்தக் காசைக் கையில் வைத்துக்கொண்டு, கேரட் துண்டுபோல் அதை ஆட்டிக் காண்பித்து, 'நீ வர்றியா?' 'உன்னால முடியுமா?' என்று சிறு கம்பெனிகளை விரட்டுகிறார்கள்.

காசு இருக்கிறது, ஆனால், அதை வைத்துக்கொண்டு இதை யெல்லாம் செய்துமுடிக்கவேண்டும் என்கிற திட்டமிடல் இல்லை. ஆளாளுக்குத் தங்கள் மனதில் தோன்றியதையெல்லாம் செய்யக் கேட்கிறார்கள். அவர்கள் சிந்திக்கிற வேகத்துக்கு சாஃப்ட்வேர் எழுதவேண்டும் என்றால் முடியுமா?

பெருமூச்சுடன் எழுந்து பல் தேய்க்கச் சென்றான் அரவிந்தன். எப்படியோ, கடந்த நாலு நாட்களில் அவர்கள் அவன் தலையில் கட்டிய புதிய வேலைகளெல்லாம் ஓரளவு முடித்து ஏறக்கட்டி விட்டான். சில பெரிய வேலைகளைமட்டும், பெங்களூர் சென்றுதான் செய்யவேண்டும்.

அதற்கும் பெரிய சண்டை நடந்தது, 'ஏன்? அதையும் இங்கேயே செய்யமுடியாதா?' என்று கண்ணாடி, குறுந்தாடியோடு பிறந்த ஒரு மேனேஜர் அதட்டினார்.

'இது தனியாக செய்கிற விஷயம் இல்லை ஸார். கொஞ்சம் பெரிய வேலை. சரியாக திட்டமிட்டு செய்யவேண்டும். ஆகவே, குறைந்தது, நாலு பேராவது தேவைப்படும்...' என்றான் அரவிந்தன்.

'நீயே நாலு நாள் கூடுதலாகத் தங்கி முடித்துவிடேன்...' என்று அதிபுத்திசாலித்தனமாகக் கேட்டார் அவர்.

பக்கத்திலிருந்த கண்ணாடித் தம்ளரை எடுத்து அவர்மீது வீசியெறியலாமா என்று ஆத்திரமாக வந்தது அரவிந்தனுக்கு. பத்து மாத கர்ப்பத்துக்குப் பதிலாக, பத்துப் பெண்களைச் சேர்த்து, ஒரே மாதத்தில் குழந்தை பெற்றுவிடமுடியும் என்று நம்புகிறவர்களிடம் வேறு என்ன எதிர்பார்க்கமுடியும்?

சில மணி நேர விவாதத்திற்குப்பின் ஒருவழியாக அந்தப் பிரச்சனை முடிவுக்கு வந்தது. இன்னும் பதினைந்து நாட்களுக்குள் எல்லா வேலைகளையும் சரியாக முடித்து அனுப்பிவைக்கிறேன்

என்று அரவிந்தன் நாகப்பாம்புபோல் தரையில் கொத்திச் சத்தியம் செய்த பிறகுதான் அரைமனதாக நம்பினார்கள்.

அதன்பிறகும், 'எங்கள் வேலையைக் கெடுக்க வந்த சண்டாளா' என்பதுபோல்தான் எல்லோரும் அவனைப் பார்த்துக் கொண்டிருக்கிறார்கள். அதற்கு அவனால் எதுவும் செய்ய முடியாது, செய்தும் பிரயோஜனமில்லை.

ஆகவே, அநாவசியமாக அதைப்பற்றிக் கவலைப்பட்டுக் கொண்டிருக்காமல், இப்போதைக்குக் கையில் மிச்சமிருக்கிற கொசுறு வேலைகளையெல்லாம் இன்றைக்கே முடித்துவிட்டுக் கிளம்பிவிடவேண்டும் என்று திட்டமிட்டிருந்தான் அரவிந்தன். தவறினால், சனி-ஞாயிறு வந்துவிடும்.

இந்தப் புண்ணியவான்கள் வானம் கரைந்து பூமியை நிரப்பினாலும், சனிக்கிழமை, ஞாயிற்றுக்கிழமைகளில் வேலை பார்க்கமாட்டார்கள், 'மன்டே பார்த்துக்கலாம்' என்று அலட்சிய மாகச் சொல்லிவிட்டுப் போய்விடுவார்கள். அதன்பிறகு, அவன் மேலும் இரண்டு நாட்களை இங்கே வெட்டியாகக் கழிக்க வேண்டியிருக்கும்.

'எப்படியும் இன்றைக்கு கிளம்பிவிடவேண்டும்' என்று ஒருமுறை சற்று பலமாகவே முணுமுணுத்துக்கொண்டான் அரவிந்தன். இன்றைக்கும் ஷேவ் செய்யவேண்டுமா என்று தாடையைத் தடவியபோது, மெலிதான முள் தாடி உறுத்தியது.

பிரிவை முன்னிட்டுத் தாடிகூட வளர்க்கமுடியாத அலுவல் வாழ்க்கையை நினைத்து வெறுப்பாக இருந்தது அவனுக்கு. யாரோ தினசரி அவனது கன்னத்தைத் தடவிப் பார்க்கப்போவது போல், மழுங்க மழுங்க சவரம் செய்தாகவேண்டும்.

ஷேவிங் க்ரீமைத் திறந்து கையில் பிதுக்கியவன், பிறகு ஏதோ நினைத்துக்கொண்டாற்போல் மீண்டும் ஒருமுறை தாடையைத் தடவினான். விளக்கைப் போட்டுவிட்டு இடுப்புயரக் கண்ணாடியில் பார்த்தபோது, ஒரு நாள் தாடி அப்படியொன்றும் வெளிப்படையாகத் தெரியவில்லை என்று தோன்றியது. அவன் தாடியோடு சென்றாலும், மொட்டையடித்துக்கொண்டு சென்றாலும், இந்தக் கஸ்டமர் அவனைப் பிழிந்தெடுக்கப் போவதுமட்டும் நிச்சயம். அப்புறம் எதற்கு அநாவசியமாக ஒரு கூடுதல் அலங்காரம்?

கையிலிருந்த க்ரீமைக் கழுவித் துண்டில் துடைத்துக்கொண்டான் அரவிந்தன். பக்கத்தில் நெட்டுக்குத்தலாக நின்றிருந்த ஃபோனை எடுத்து, ரூம் சர்வீஸை அழைத்து காஃபி சொன்னான்.

எதிர்முனையில் ஒரு பெண், 'ஃபில்டர் காஃபியா? ப்ரூவா ஸார்?' என்றாள் விளம்பரம்போல.

'ஏதோ ஒண்ணு' என்றான் அரவிந்தன். இரண்டும் கண்றாவியாக தான் இருக்கப்போகிறது. தூக்கத்தை விரட்டுவதற்குச் சூடாக ஏதாவது உள்ளே இறங்கியாகவேண்டும், பல வருட கெட்ட பழக்கம்!

ஆனால், ஹோட்டல் காஃபி, ஆஃபீஸ் காஃபி இரண்டுமே அவனுக்கு ஒத்துக்கொள்வதில்லை. சில உணவகங்களில் கசப்புச் சுவை நாக்கில் தங்கும்படி அற்புதமான காஃபி கொடுப்பார்கள், அதுகூட அவனுக்குப் பிடிப்பதில்லை.

அவனுடைய காஃபி, நீர்த்து இருக்கவேண்டும். அதற்காக அதிகப் பால் கலந்து வாடையடித்தாலும் அவனுக்குப் பிடிக்காது. ரொம்பக் கசப்பாகவும் இல்லாமல், தித்திப்பாகவும் இல்லாமல் நடுத்தரமான பதத்தில் சூடாகக் குடிப்பதுதான் விருப்பம்.

இப்படிப்பட்ட காஃபி, வெளியே எங்கும் கிடைக்கும் என்று எதிர்பார்க்கமுடியாது. பெரும்பாலான ஹோட்டல் காஃபிகளில் நுரை பொங்கும் கசப்பைதான் விநியோகிக்கிறார்கள். அல்லது, சும்மா ஒரு கடமைக்குக் காஃபியைத் தொட்டுக்கொண்டு, பால் ருசி நேரடியாக நாக்கில் அறைகிறது.

அலுவலகங்களில் கிடைக்கும் யந்திரக் காஃபியில் வேறு பிரச்சனை. அந்தக் காஃபி யந்திரங்களில் திரவப் பால் பயன்படுத்துவது, பராமரிப்பது கஷ்டம் என்பதால், கிலோக்கணக்கில் பால் பவுடரை நிரப்பிவிடுகிறார்கள், ஆகவே, அதீதமாகப் பால் பவுடர் வாடை.

குறிப்பாக, இந்த வடநாட்டவர்களுக்குக் காஃபியில் சுத்தமாக ஆர்வமில்லை. அவர்களுடைய விருப்ப பானம் 'சாயா'தான். யாரேனும் காஃபி கேட்டால், வேண்டாவெறுப்பாகத் தயாரிப்பதைப்போன்ற ஒரு அலட்சியம் தெரிகிறது.

இப்படிப் பல காரணங்களால், வெளியூருக்கு வரும் போதெல்லாம், வீட்டுக் காஃபிக்கு ஏக்கம் வந்துவிடுகிறது. இங்கே ஒவ்வொருமுறை காஃபி என்று எதையாவது குடிக்கும் போதும், வீட்டில் கிடைக்கிற காஃபியை அதோடு ஒப்பிட்டுப் பார்க்கத்தோன்றுகிறது. இதற்காகவே சீக்கிரம் திரும்பிப் போய்விடவேண்டும் என்று தோன்றுகிறது.

அறைக்கதவினடியில் ஒளிந்திருந்த 'டைம்ஸ் ஆஃப் இந்தியா'வை வெளியிலெடுத்துப் பிரித்ததும், அழைப்பு மணியை ஒலித்துக்கொண்டு காஃபி வந்துவிட்டது.

'குட் மார்னிங் ஸார்' பவ்யமாகச் சொன்னபடி உள்ளே வந்த பையன், மேஜைமீது ஒரு பெரிய தட்டை வைத்து, அதன் நடுமத்தியில் காலியான கோப்பையையும், அதனருகில் ஒரு ஃப்ளாஸ்கில் காஃபியையும் வைத்தான். பக்கத்திலேயே சின்ன பிளாஸ்டிக் பெட்டியொன்றில் வெள்ளைச் சர்க்கரை, வெல்லச் சர்க்கரை மற்றும் செயற்கைச் சர்க்கரைப் பொட்டலங்கள்.

ஒரு துண்டுச்சீட்டில் கையெழுத்து வாங்கிக்கொண்டு அவன் கிளம்பியபிறகு, காஃபியைக் கோப்பையில் ஊற்றி, ஒரு பொட்டலம் சர்க்கரையைப் பிரித்துப் போட்டுக்கொண்டான் அரவிந்தன். சிறிய ஸ்பூனால் அதைக் கலக்கியபடி விளையாட்டுப் பகுதியைப் படித்துமுடித்தான்.

நல்ல சூட்டுடனிருந்த காஃபியைக் கையில் எடுத்து உதட்டுக்குக் கொண்டுசென்றபோது, அவனது செல்பேசி பலமாக ஒலித்தது.

கோப்பையைக் கீழே வைத்துவிட்டு, தொலைக்காட்சிக்கு அருகே இருந்த செல்பேசியைக் கையில் எடுத்துப் பார்த்தான், உள்ளூரிலிருந்துதான் யாரோ அழைக்கிறார்கள்.

'ஹலோ, அரவிந்தன்.'

'ஹாய் அர்விந்தன்... ப்ரவீண் ஹியர்' என்று எதிர்முனையில் உற்சாகமாகக் கத்துபவன், அரவிந்தன் இப்போது சென்றாக வேண்டிய அலுவலகத்தின் பெருந்தலைகளில் ஒருவன். அவனை பெங்களூருக்குத் திரும்பவிடாமல் மேலும் மேலும் புதிய வேலைகளைச் சுமத்திக்கொண்டிருக்கிற அயோக்கியக் கூட்டத்தின் பிரதான தலைவன்.

‘ஹாய் ப்ரவீண், ஹவ் ஆர் யூ?’ என்று போலிக் குழைவோடு விசாரித்தபோது, அரவிந்தனுக்கே அவனது குரல் எரிச்சலூட்டியது. என்னத்துக்கு வெட்டியாக ஒரு ‘ஹவ் ஆர் யூ’? நேற்று மாலை பார்த்த ஜந்து, இன்று காலைக்குள் என்ன பெரிதாக ஆகியிருக்கப்போகிறது? சம்பிரதாயமாம், மண்ணாங்கட்டி!

‘ஐம் ஃபைன், ஹவ் ஆர் யூ?’ என்ற ப்ரவீண், பதிலுக்குக் காத்திருக்காமல், ‘இன்னிக்கு காலையில ஒரு மேனேஜ்மென்ட் மீட்டிங் இருக்கு’ என்றான் ஹிந்தியில்.

‘அப்படியா? எனக்கு தெரியாதே...’

‘சொல்ல மறந்துட்டேன்’ அலட்சியமாகச் சொன்னான் அவன். ‘ஒன்பதரைக்கு மீட்டிங், வந்துடுவீங்கதானே?’

மிகுந்த தயக்கத்துடன் கைக்கடிகாரத்தைப் பார்த்தான் அரவிந்தன். ஏற்கெனவே மணி ஒன்பதைத் தாண்டியிருந்தது. இனிமேல் குளித்து, சாப்பிட்டுக் கிளம்புவதற்குள் கண்டிப்பாக ஒன்பதரைக்குமேலாகிவிடும்.

இப்படிக் கடைசி நேரத்தில் தகவல் சொன்னால் எப்படி வரமுடியும்? ‘வரமுடியாது போடா’ என்று சொல்லிவிடலாமா என்று யோசித்தான் அவன். ஆனால், இது கொஞ்சம் உயர்மட்டப் பேச்சுவார்த்தையாகத் தெரிகிறது. இந்தக் கூட்டத்தைத் தள்ளிப்போட்டால், அரவிந்தன் கிளம்புவது இன்னும் தாமதமாகிவிட வாய்ப்புண்டு.

ஆகவே, ‘வந்துடறேன் ப்ரவீண்’ என்றான் அரவிந்தன். ‘இன்னும் பதினஞ்சு நிமிஷத்தில அங்கே இருப்பேன்.’ வழக்கம்போல் சம்பிரதாயமாக விடைபெற்றுக்கொண்டு, தொலைபேசி இணைப்பைத் துண்டித்துவிட்டு குளியலறைக்குள் கிட்டத்தட்ட ஓடினான்.

அவனை முழுமையாகத் துயிலெழுப்பியிருக்கவேண்டிய காஃபி ஆறிக் கிடந்தது.

8

‘தலைவிதி...’ என்றார் ஞானேஷ்வர் ராவ், ‘இவனுங்ககிட்டே யெல்லாம் குப்பை கொட்டணும்ன்னு நம்ம தலையில அழுத்தமா எழுதியிருக்கு, வேற என்ன சொல்றது?’

‘சத்தமா பேசாதீங்க ஸார்’ என்றான் அரவிந்தன். ‘இங்கே யாருக்காவது தமிழ் தெரிஞ்சிருக்கப்போகுது...’

‘தெரியட்டுமே... என்ன பெரிசா?’ கைகளை அகல விரித்துச் சொன்னார் அவர், ‘ஒவ்வொரு மீட்டிங்லயும் பத்து விஷயம் புதுசா கேட்கறானுங்க... எதுக்கும் எக்ஸ்ட்ரா காசு கொடுக்க மாட்டாங்க, இவனுங்களுக்கு இப்படி இலவசமா சேவை செய்யணும்ன்னு நமக்கென்ன?’

அவருடைய கோபத்தைப் பார்க்கையில் அரவிந்தனுக்குச் சிரிப்புதான் வந்தது. அவனுடைய நிறுவனத்தின் மும்பைப் பிரதிநிதி ஞானேஷ்வர் ராவ். இந்தத் துறையில் பத்துப் பதினைந்து ஆண்டுகளுக்குமேல் அனுபவஸ்தர். இப்படி யெல்லாம் புலம்புவதில் கொஞ்சமும் அர்த்தமில்லை என்று அவருக்கும் நன்றாகத் தெரியும். காசு கொடுக்கிறவன் கை எப்போதும் உயரத்தில்தான் இருக்கும். வாங்கிக்கொள் கிறவர்கள் அண்ணாந்து பார்த்துப் பெருமூச்சு விடுவதில் என்ன பிரயோஜனம்?

'எல்லாம் செஞ்சுடலாம் ஸார்' என்றான் அரவிந்தன், 'ஒண்ணும் பெரிய கஷ்டமில்லை. ஆனா, உடனடியா முடியாது, கொஞ்ச நாளாவும்ன்னு சொல்லி, டைம் வாங்கிக் கொடுங்க.'

'இனிமே என்னால அவங்ககிட்டே பேசமுடியாது அரவிந்தன்' என்றார் அவர். 'வேணும்ன்னா நீங்களே பேசிக்குங்க. இல்லாட்டி, நீங்க உடனே கிளம்பி பெங்களூர் போயிடுங்க, இவனுங்க எக்கேடோ கெட்டுப்போகட்டும்...'

அவனை நேருக்கு நேர் பார்த்துப் பேசிய ஞானேஷ்வரைக் கண்ணிமைக்காமல் முறைத்தான் அரவிந்தன். அவருடைய கோபமும், குத்தலான பேச்சும், தன்மீது எறியப்படுவதுதான் என்பது அரவிந்தனுக்குத் தெளிவாகப் புரிந்தது.

ஏனெனில், இப்படி அலட்சியமாகத் தூக்கி வீசுமளவு இந்த கஸ்டமர் சாதாரணமானவனில்லை. அரவிந்தனுடைய நிறுவனத்தின் பெரும்பகுதி வருமானம், இந்த ஒற்றை வாடிக்கையாளரிடமிருந்துதான் வருகிறது. ஆகவே, அவன் தலைக்குமேல் ஏறிக் குதித்தாலும், 'நல்லா அருமையா குதிக்கறீங்க ஸார், பரத நாட்டியம் கத்துண்டிருக்கீங்களா?' என்றுதான் தாழ்ந்து, பணிந்து, வணங்கிடவேண்டும்.

ஆனால், அரவிந்தன் அப்படிக் குழையாமல், என் வேலை முடிந்தது, நான் ஊருக்குப் போகிறேன் என்று துடிப்பது ஞானேஷ்வருக்கு எரிச்சல். அதை நேரடியாகச் சொல்ல முடியாமல், வேறு யாரையோ திட்டுவதுபோல், அவனுடைய அவசரத்தின் பின்விளைவுகளைச் சுட்டிக்காட்டி எச்சரிக்கிறார்.

அரவிந்தன் மௌனமாகத் தன் கணினியில் மூழ்கியிருந்தான். எப்படியும் இன்றைக்கு ஊருக்குப் போகமுடியாது என்று நிச்சயமாகத் தெரிந்துவிட்டபிறகு, ஞானேஷ்வரின் கோபமோ, வேறெதுவுமோ அவனுக்கு முக்கியமாகப் படவில்லை.

நிஜமாகவே நான் இப்போது பெங்களூர் கிளம்பிப் போய் விட்டால் என்ன செய்வார்கள் என்று யோசித்தான் அரவிந்தன். செல்வியின் மலர்ந்த முகம்தான் சட்டென்று நினைவுக்கு வந்தது.

ஆனால், செல்வியைத்தவிர வேறு யார் முகமும் மலராது. 'அங்கே உனக்கு என்ன குறைச்சல்? இன்னும் நாலு நாள்

கூடுதலாகத் தங்குவதில் என்ன பிரச்சனை? நாங்கள்தான் நல்ல ஸ்டார் ஹோட்டலில் அறை எடுத்துக் கொடுத்து, கூடவே சாப்பாடு, மற்ற எல்லா வசதிகளுக்கும் காசு கொடுக்கிறோமே…' என்று அலறுவார்கள், அவனுடைய அவசரத்தைப் பொறுப்பற்ற செயல் என்று வர்ணித்து நடவடிக்கை எடுப்பார்கள். மறுபடியும் வேலை தேடவேண்டியிருக்குமோ என்னவோ.

பிரச்சனை அந்த அளவுக்குத் தீவிரமாகாவிட்டாலும், இப்போதே அதற்குத் தயாராகிக்கொள்வது நல்லது என்று நினைத்தான் அரவிந்தன். இப்படி அடிக்கடி ஊர் சுற்றவேண்டிய அவசிய மில்லாமல், வேறொரு நல்ல வேலையாகப் பார்த்துக் கொண்டால்தான் பரவாயில்லை.

ஆனால், அப்படியொரு உத்தமமான நல்ல வேலை எங்காவது இருக்கிறதா? அப்படியே இருந்தாலும், இப்போது வருகிற சம்பளம் கிடைக்குமா? மீசையில் ஒட்டாத சௌகர்யமான கூழை யார் தயாரிக்கிறார்கள்?

அரவிந்தனுக்குப் பசித்தது. காலையில் அவசரமாகக் கிளம்பி வந்தபிறகு, உள் பேச்சுவார்த்தை, வெளிப் பேச்சுவார்த்தை என்று நேரம் ஓடிவிட்டது. மீட்டிங்கில் கொஞ்சூண்டு பிஸ்கட்டும், கண்றாவிக் காஃபியும் குடித்ததுபோக, வேறெதற்கும் நேரமிருக்கவில்லை. வயிறு ஆக்ரோஷமாகப் பொருமிக் கொண்டிருக்கிறது.

சட்டென்று எழுந்த அரவிந்தன், கணினியைப் பூட்டிக்கொண்டு கிளம்பினான். பக்கத்து இருக்கையில் அமர்ந்திருந்த ஞானேஷ்வரிடம் சொல்லிக்கொள்ளவேண்டும் என்றுகூட தோன்றவில்லை.

'எங்கே போறீங்க அரவிந்தன்?' அவன் பத்தடி தூரம் நடப்பதற்குள் அவரே கேட்டுவிட்டார்.

அரவிந்தன் தயக்கத்துடன் திரும்பிப் பார்த்தபோது, ஞானேஷ் வருடைய முகத்தில் கொஞ்சமும் கோபம் இல்லை. ஆனால், ஏதோ குறுகுறுப்பு தெரிந்தது. இப்படி திடுதிப்பென்று எழுந்ததும், அவன் பெங்களூரை நோக்கி ஓடக் கிளம்பி விட்டான் என்று நினைத்துவிட்டாரோ என்னவோ.

'சாப்பாடு' என்பதுபோல் கை விரல்களைக் குவித்து, பாவனை யாக வாயில் திணித்துக் காண்பித்தான் அரவிந்தன். 'பத்து நிமிஷத்துல வந்துடறேன்.'

‘கொஞ்சம் பொறுங்க, நானும் வர்றேன்’ அவரும் கணினியைப் பூட்டிவிட்டு எழுந்துகொண்டார். இருவரும் பேசிக் கொள்ளாமல் மௌனமாக நடந்தார்கள்.

அந்த அலுவலகத்தின் ஏழாவது மாடியிலேயே ஒரு சாப்பாட்டுக் கூடம் இருந்தது. ஆனால், இப்போது உணவு நேரம் இல்லை என்பதால், வெறும் தண்ணீரும், உருளைக் கிழங்கு சிப்ஸ்களும் தான் கிடைக்கும்.

ஆனாலும் இந்த ஊரில் அநியாயத்துக்கு உருளைக் கிழங்கு தின்கிறார்கள் என்று நினைத்துக்கொண்டான் அரவிந்தன். பரோட்டாவில் உருளைக் கிழங்கு, தோசையில் உருளைக் கிழங்கு, பானி பூரி, பேல் பூரி என்று எதைத் தின்றாலும் உருளைக் கிழங்கு... போதாக்குறைக்கு, அதிலேயே போண்டா செய்து அதைப் பிளந்த ரொட்டித் துண்டுகளுக்கு நடுவே வைத்து, ‘வடா பாவ்’ என்று சாப்பிடுகிறார்கள்.

‘எங்கே போகலாம்?’ ஞானேஷ்வரின் குரலில் கலைந்த அரவிந்தன், ‘எனக்கு பசிக்கிறது’ என்றான் நேரடியாக.

‘பம்பாய்ல வேர்க்கடலை ரொம்ப விசேஷம், நல்லா பெரிசு பெரிசா கடலை, மொறுமொறுன்னு அருமையா இருக்கும். நம்ம ஊர்லயெல்லாம் அப்படி பார்க்கவேமுடியாது...’ என்றார் அவர். ‘இப்போ நாம கொஞ்சம் கடலை வாங்கிக்கிட்டு, கொஞ்சம் கொஞ்சமா கொறிச்சுகிட்டே நடப்போம். இந்தத் தெரு முனையில ஒரு நல்ல ஹோட்டல் இருக்கு.’

‘ஓக்கே’ என்று தோள்களைக் குலுக்கினான் அரவிந்தன். திடீரென்று அவனுக்குச் சாப்பிடுகிற ஆர்வம் குறைந்திருந்தது. ஆனாலும், பசித்தது.

பேருந்து நிறுத்தத்தை ஒட்டினாற்போல், பெரிய குடையொன்றை விரித்து, அதன்கீழே ஒருவன் வேர்க்கடலை, பட்டாணிக் கடலை, பொட்டுக்கடலை என்று நிறைத்து வைத்திருந்தான். அவனிடம் ஐந்து ரூபாய்க்கு வேர்க்கடலை வாங்கினார் ஞானேஷ்வர். ஒரு சிறிய குடுவையில் கடலையை எடுத்து, அதை உள்ளங்கையில் கொட்டித் தேய்த்து, தோல் நீக்கிக் கொடுத்தான் கடைக்காரன். காகிதக் கூம்புகளில் ஆளுக்குக் கொஞ்சமாகக் கடலையைப் பிரித்துக்கொண்டு நடந்தார்கள்.

உண்மையிலேயே கடலை ரொம்ப ருசியாக இருந்தது. நூறு ரூபாய்க்கு அவனிடமே கடலை வாங்கித் தின்று பசியாறலாம் என்று தோன்றியது அரவிந்தனுக்கு.

அந்தக் கடைக்காரன், நூறு ரூபாய்க் கடலைகளுக்கும் தோல் நீக்குவதற்கு எவ்வளவு நேரமாகும் என்று அரவிந்தன் யோசித்த போது, ஞானேஷ்வர் குறிப்பிட்ட உணவகம் வந்துவிட்டது.

'டைட்டானிக்' என்று நீல வண்ணத்தில் பெயர் அறிவித்த அந்தக் கடைக்குள் நுழைந்து, இடம் தேடி அமர்ந்தார்கள். சூழலுக்குப் பொருத்தமில்லாமல் ஜில்லென்று தண்ணீர் கொண்டுவந்து வைத்த வெள்ளை உடைப் பணியாளன், அவர்களுக்கு என்ன வேண்டும் என்று விசாரித்துக்கொண்டு விலகினான்.

'சொல்லுங்க அரவிந்தன், உங்களுக்கு இப்போ என்ன பிரச்சனை?' நேரடியாக விஷயத்துக்கு வந்தார் ஞானேஷ்வர். இந்தக் கேள்வியை அவர் கேட்ட தோரணையையும், அவருடைய குறுந்தாடியையும் இணைத்துப் பார்க்கும்போது, அவர் ஒரு மன நோய் மருத்துவர்போல் தோன்றினார் அரவிந்தனுக்கு. அவர்முன்னே ஒரு நீண்ட படுக்கையில் தான் படுத்திருப்பது போலவும், அவர் அவனை ஹிப்னாடிஸத்துக்கு ஆளாக்கி, அவனுடைய எல்லா ஞாபகங்களையும் பிரித்தெடுப்பது போலவும் கற்பனை தோன்றியது.

ஒவ்வொரு ஞாபகமாக வெளியிலெடுத்து, பக்கத்திலிருக்கிற குப்பைத் தொட்டியில் போடுகிறார் அவர். சில விநாடிகளுக்குள் அது முழுவதுமாக நிரம்பிவிடுகிறது.

'ச்சை' என்று அலுத்துக்கொள்கிறார் அவர். குப்பைத் தொட்டியினுள் ஒருமுறை எட்டிப்பார்த்துவிட்டு, 'எல்லாமே வீட்டு ஞாபகமா இருக்கு' என்கிறார். 'இவன் என்னத்துக்கு பம்பாய்க்கு வந்தான்? ஆஃபீஸ் வேலை பார்க்கிறதுக்கா? இல்லை எப்பவும் வீட்டையே நினைச்சுகிட்டிருக்கிறதுக்கா?'

இப்படிச் சொல்லிவிட்டு, அவர் மீண்டும் அவனுக்குள் கையை நுழைத்து, வேறொரு ஞாபகத்தை எடுக்கிறார். அது என்ன என்று அவர் பார்ப்பதற்குள், அவன் ஆவேசமாக அலறுகிறான், 'ப்ளீஸ், ப்ளீஸ், அந்த ஒண்ணைமட்டும் எடுக்காதீங்க. வேணாம்...'

அவன் கத்துவதைப் பார்த்ததும், நிதானமானதொரு வில்லன் சிரிப்பை வெளிப்படுத்துகிறார் ஞானேஷ்வர். இதற்காகத்தானே

காத்திருந்தேன் என்பதுபோல் அவருடைய நடவடிக்கை இருக்கிறது. இப்போது கையிலெடுத்த ஞாபகத்தைக் குப்பைத் தொட்டியில் போடாமல், மேஜைமீது வைத்து, கூரான கத்தியால் குத்திக் கிழிக்கிறார்.

அரவிந்தன் மேலும் அதிக ஆவேசத்துடன் கத்துகிறான். ஆனால், அவனுடைய கைகளை யாரோ கட்டிப்போட்டதுபோல் செயலற்றிருக்கிறான். ஞானேஷ்வரின் கொலை நடவடிக்கையைப் பார்த்துப் பார்த்து, இன்னும் இன்னும் சத்தமாகக் கத்துவதுமட்டுமே அவனால் முடிகிறது.

மேஜையின்மீது கச்சாமுச்சாவென்று கிழிந்து கிடக்கும் அவனது ஞாபகத்தை, முள் கரண்டியால் குத்தித் தூக்கிச் சுவைக்கிறார் ஞானேஷ்வர்.

'என்ன அரவிந்தன்? அடிக்கடி இப்படி திடீர்ன்னு மௌனமாகிடறீங்க?' ஞானேஷ்வர் சிரிப்புடன் கேட்க, சட்டென்று கற்பனை கலைந்தான் அரவிந்தன். எதிரே குறுந்தாடி ஞானேஷ்வர் வெண்ணெய் தடவிய ரொட்டியைத் துண்டாக்கி, சென்னா மசாலாவில் தோய்த்துத் தின்றுகொண்டிருந்தார்.

'ஒ... ஒண்ணுமில்லை...' லேசான வெட்கப் புன்னகையுடன் சொன்னான் அரவிந்தன்.

'அப்பாடா, இன்னிக்கு தேதிக்கு முதல்வாட்டி சிரிக்கறீங்க' என்று பெரிதாகச் சிரித்தார் ஞானேஷ்வர். 'அரவிந்தன், கொஞ்ச நேரம் முன்னாடி நீங்களும் நானும் ஒருத்தரையொருத்தர் ஜென்ம விரோதிங்கமாதிரி முறைச்சுகிட்டோமே... அது நிஜமா? இல்லை, இப்போ சிரிச்சுப் பேசிகிட்டிருக்கோமே, இது நிஜமா?'

அரவிந்தன் பதில் பேசாமல் சாப்பாட்டுத் தட்டைப் பார்க்கக் குனிந்துகொண்டான்.

'கமான் அர்விந்தன், இந்தமாதிரி கேள்விங்களை சந்திக்க தயங்கவேகூடாது. அப்புறம், நாம என்ன தப்பு செய்யறோம்ன்னே நமக்கு தெரியாமபோயிடும்' அவன் தோளில் தட்டிச் சொன்னார் ஞானேஷ்வர்.

அவர் சொல்வதை ஏற்பதுபோல், சங்கடமான புன்னகை ஒன்றைச் செய்தான் அரவிந்தன். 'விடுங்க, அப்போ ஏதோ கோவம், இப்போ சரியாகிடுச்சில்ல?' என்றான் தொடர்ந்து.

'இல்ல அரவிந்தன். இன்னும் சரியாகல...' என்றார் அவர். 'இப்போ உங்களுக்கு பெங்களூர் திரும்பணும்ன்னு ஆசை. ஆனா எனக்கு, நீங்க இங்கயே இன்னும் ரெண்டு, மூணு நாள் தங்கி, பாக்கியிருக்கற வேலையையெல்லாம் முடிச்சுட்டுதான் போகணும்ன்னு விருப்பம். இந்த ரெண்டு விருப்பத்துல ஏதாவது ஒண்ணுதான் நடக்கமுடியும். இல்லையா?'

அரவிந்தன் சம்மதமாகத் தலையசைக்கும்வரை மௌனமாகக் காத்திருந்தார் அவர். பின்னர், கோபமில்லாத குரலில், 'அதனால தான் கேட்கறேன், நீங்க இன்னும் கொஞ்ச நாள் இங்கயே தங்கறதில என்ன பிரச்சனை?' என்றார்.

இப்போதும் அரவிந்தன் பதில் சொல்லத் தயங்கினான். பதில் தொண்டைக்குழியில் அடைத்துக்கொண்டு காத்திருந்தது. ஆனால், அதை நேரடியாகச் சொன்னால், 'உடனே அம்மாவை பார்க்கணும்ம்ம்ம்ம்' என்று கதறியழுகிற எல்.கே.ஜி. பள்ளிப் பையனைப்போல் உணரப்பட்டுவிடுவோமோ என்று அவனுக்குத் தயக்கமாக இருந்தது.

அவனுடைய தயக்கத்தின் காரணம் ஞானேஷ்வருக்குப் புரிந்ததோ, இல்லையோ. அவர் அவனுடைய பதிலுக்காகக் காத்திருந்தார், 'தயங்காம சொல்லுங்க அரவிந்தன்' என்று அவனை உற்சாகப்படுத்தினார், 'நான் உங்களோட பாஸ் இல்லை. ஸோ, நீங்க என் பேச்சை கேட்டே ஆகணும்ன்னு எந்த அவசியமும் இல்லை, வெளிப்படையா பேசலாம்.'

மேலும் சிறிது நேரம் யோசித்தபின், அரவிந்தன் தனது வார்த்தைகளைத் தேர்ந்தெடுத்துப் பேசினான், 'ஞானேஷ்வர், பொதுவா எந்த வேலையானாலும், ஒரு நாளைக்கு எட்டு மணி நேரம்தான் வேலை நேரம்ன்னு சொல்வாங்க. ஆனா, நம்ம துறையில அப்படி இல்லை. அந்த எட்டு, பத்தாகறதும், பத்து பன்னிரண்டாகறதும் சகஜம்' என்று சொல்லிவிட்டு, மூச்சை நன்றாக உள்ளிழுத்துக்கொண்டு அழுத்தமாகச் சொன்னான், 'இப்போ, அந்தப் பத்தும், பன்னிரண்டும் போய், இருபத்து நாலாகிடுச்சு. அது எனக்கு பிடிக்கல. ஏன்னா, ஆஃபீஸுக்கு வெளியேயும் எனக்கு ஒரு வாழ்க்கை இருக்கு. அதுக்கும் நான் நேரம் ஒதுக்கவேண்டியிருக்கு.'

‘வெல் ஸெட்’ என்றார் ஞானேஷ்வர், ‘மனசிலிருக்கிறதை பளிச்சுன்னு சொல்லிட்டீங்க அரவிந்தன். எனக்கு அது ரொம்ப பிடிச்சிருக்கு’ என்றார்.

அதன்பிறகும் அவர் ஏதாவது பேசுவார் என்று அரவிந்தன் எதிர்பார்த்துக்கொண்டிருக்க, ஞானேஷ்வர் மும்முரமாகச் சாப்பிடத் தொடங்கிவிட்டார். அரவிந்தனும் தயக்கத்துடன் சாப்பாட்டுக்குத் திரும்பினான்.

சாப்பிட்டு முடித்ததும், இருவருக்கும் இனிப்பு லஸ்ஸி வந்தது. ‘வாவ், எனக்கு லஸ்ஸி ரொம்ப பிடிக்கும்’ என்றபடி ஸ்ட்ராவை லஸ்ஸியில் நனைத்து வெளியிலெடுத்து, நாக்கில் விட்டுச் சுவைத்த ஞானேஷ்வர், ‘க்ரேட்’ என்று சப்புக்கொட்டினார்.

மோரில் உப்புக்கு பதிலாக இனிப்பைக் கரைத்ததுபோலிருக்கும் லஸ்ஸி, அரவிந்தனுக்குப் பிடிக்காது. ஆனால், இங்கே பழக்கமாகி விட்டது. அவனும் மௌனமாகக் குடிக்க ஆரம்பித்தான்.

கோப்பையில் பாதியை காலி செய்தபின், திடீரென்று நினைத்துக் கொண்டாற்போல், ‘அரவிந்தன், குடும்பத்துக்காகவும் நேரம் ஒதுக்கணும்ன்னு நீங்க மனப்பூர்வமா நினைக்கறது ரொம்ப நல்ல விஷயம்’ என்றார் ஞானேஷ்வர்.

அரவிந்தனுக்குச் சட்டென்று சிரிப்பு வந்துவிட்டது. அதை எதிர்பார்த்தவர்போல் ஞானேஷ்வரும் சிரித்தார். அந்தக் கலகலப்பு ஓய்ந்தபின், ‘அடிக்கடி இந்தமாதிரி ட்ராவல் பண்ணுவீங்களா ?’ என்றார்.

இதற்கு நேரடியாக பதில் சொல்லாமல், சட்டைப் பையிலிருந்து நீல வண்ண அட்டையொன்றை எடுத்துக் காண்பித்தான் அரவிந்தன். அடிக்கடி விமானப் பயணம் செய்கிறவர்களுக்கான சலுகை அடையாள அட்டை அது.

அந்த அட்டையை ஆவலோடு அவனிடமிருந்து வாங்கிப் பார்த்தார் ஞானேஷ்வர், ‘சில்வர் கார்ட்’ என்று சத்தமாகச் சொன்னவர், எதற்காகவோ மெல்லச் சிரித்துவிட்டு, அவருடைய பர்ஸிலிருந்து அதேபோன்ற அட்டையொன்றை எடுத்துக் காண்பித்தார்.

இப்போது, அரவிந்தன் வாய் விட்டுச் சிரித்தான், ‘நீங்களும் என்னை மாதிரிதானா?’

‘உங்களைவிட மோசம்’ என்றார் ஞானேஷ்வர். ‘மாசத்தில இருபத்தஞ்சு நாள் வெளியூர் பயணம்தான். இன்னிக்குதான் அதிசயமா உள்ளூர்ல இருக்கேன்’ என்று சிரித்தார். ‘இதுக்காகவே என் பொண்டாட்டி என்னை டைவர்ஸ் பண்ணப்போறேன்னு பதினஞ்சு வருஷமா சொல்லிகிட்டிருக்கா!’

அவர் நிஜமாகதான் சொல்கிறாரா என்பதுபோல் திகைப்புடன் ஞானேஷ்வரைப் பார்த்தான் அரவிந்தன், ‘பயப்படாதீங்க, அவளாலயும் அது முடியாது. உங்க வொய்ஃபாலயும் முடியாது’ என்றார் ஞானேஷ்வர், ‘ஏன்னா, அவங்க நம்மைவிட புத்திசாலிங்க.’

அரவிந்தன் மௌனமாகத் தலை கவிழ்ந்துகொள்ள, அதன்பிறகு ஞானேஷ்வரின் குரல் எங்கோ அசரீரிபோல் கேட்டுக் கொண்டிருந்தது.

கையிலிருந்த பயண அட்டையை ஒருமுறை எச்சரிப்பதுபோல் ஆட்டிக் காண்பித்த ஞானேஷ்வர், ‘இதெல்லாம், இந்தத் துறையை தேர்ந்தெடுத்ததுக்கு நாம கொடுக்கற விலை. அது உங்களுக்கு புரியுதோ இல்லையோ, உங்க மனைவிக்கு கண்டிப்பா புரியும்’ என்றபடி எழுந்துகொண்டார், ‘இதுக்குமேல நான் உங்களை வற்புறுத்தினா நல்லாயிருக்காது அரவிந்தன். இனிமே, இந்த ப்ராஜெக்ட் போனாப் போகட்டும்ன்னு விட்டுட்டு கிளம்பறதும், இருந்து முடிச்சுட்டு போறதும் உங்க இஷ்டம்... நீங்க எந்த முடிவை எடுத்தாலும் எனக்கு சம்மதம்தான்.’

பில்லைக் கையிலெடுத்துக்கொண்டு கதவுப்பக்கமாக நகர்ந்த ஞானேஷ்வர், ‘ஆனா ஒண்ணு, நீங்க என்ன முடிவெடுக்கப் போறீங்கன்னு எனக்கு இப்பவே தெரியும்...’ என்றபடி திரும்பினார். ‘என்னதான் ஊருக்கு திரும்பணும்ன்னு உங்க மனசு துடிதுடிச்சாலும், தேவைப்பட்டதைவிட அதிகமாகவே பம்பாய்ல தங்கியாச்சுன்னு நீங்க ஆதங்கப்பட்டாலும், இதையெல்லாம் இப்படியே விட்டுட்டுப் போகறதுக்கு உங்களால கண்டிப்பா முடியாது. அதுதான் நம்ம பலவீனம்!’ என்று சொல்லிச் சிரித்தபோது அவருடைய சிரிப்பைக் கல்லெறிந்து உடைத்துவிடுகிற ஆவேசம் கொண்டான் அரவிந்தன்.

9

பதற்றத்துடன் இன்னொருமுறை நன்றாக அழுத்தித் திறந்து பார்த்தான் அரவிந்தன். ம்ஹூம்... கதவு பிடிவாதமாகத் திறக்க மறுத்தது.

பொதுவாக இதுபோன்ற நட்சத்திர ஹோட்டல் அறைக் கதவுகள், உள்பக்கக் கைப்பிடியை லேசாகத் தொட்டாலே திறந்துகொள்ளும். வெளிப்பக்கத்திலிருந்துதான் நமது அனுமதியின்றி யாரும் திறக்கமுடியாது.

ஆனால், இந்தக் கைப்பிடியைச் சுமார் தொண்ணூறு டிகிரிக்குமேல் சுற்றியும்கூட, கதவில் சிறு சலனமும் இல்லை. கதவிடுக்கு வழியே வழியும் வெளிச்சத்தில் கண் வைத்துப் பார்த்தபோது, கைப்பிடியின் அசைவிற்கும், கதவு திறப்பதற்கு மான இணைப்பு துண்டிக்கப்பட்டுவிட்டதுபோல் தோன்றியது.

இந்தக் கதவின் உள்பக்கமாக சாவித்துளையும் இல்லை. ஆகவே, சாவி கொண்டு கதவைத் திறப்பதும் நடக்காது. இப்போது மிச்சமிருப்பது ஒரே ஒரு வழிதான். வெளியிலிருந்து யாராவது சாவி கொண்டு கதவைத் திறக்கவேண்டும்.

யாரைக் கூப்பிடலாம் என்று நினைக்கையில் அரவிந்தனுக்குப் பதற்றம் கூடியது. திடீரென்று தெரிந்தவர்கள் எல்லோரும் தொலைந்து போய்விட்டாற்போலிருந்தது. கையிலிருந்த

செல்ஃபோனில் யாரையாவது கூப்பிடலாமா என்று யோசித்துக் கொண்டிருந்தபோதுதான், அவனுக்குத் தன்னுடைய மடத்தனம் புரிந்தது.

சட்டென்று அறையினுள் ஓடி, ஹோட்டலின் உள் தொலைபேசியை எடுத்து, வரவேற்பறையை அழைத்தான், 'ஹலோ ஸார், குட்மார்னிங்கூ என்று யந்திரப் புன்னகையோடு பேச்சைத் தொடங்கினாள் ஒருத்தி.

'என் ரூமை திறக்க முடியவில்லை' என்றான் நேரடியாக.

'உங்களிடம் சாவி இருக்கிறதா ஸார்?'

'நான் இப்போ ரூமுக்குள்ளேதான் இருக்கேன்' என்றான் அரவிந்தன், 'ஆனா, கதவை திறந்துகிட்டு வெளியே வர முடியலை...'

'ஏன் ஸார்?' என்று அவள் பரிதாபமாக விசாரித்தபோது அவனுக்குக் கோபம்தான் வந்தது, 'உங்க டப்பாக் கதவில் ஏதோ கோளாறு. உடனடியாக கவனியுங்கள், ப்ளீஸ்...'

'ஷ்யூர் ஸார்' என்று தொலைபேசி இணைப்பைத் துண்டித்தாள் அவள்.

மீண்டும் கதவருகே சென்று நின்றுகொண்டான் அரவிந்தன். யார் வருவார்கள்? எப்படிக் கதவைத் திறப்பார்கள்? அவர்களிடம் இன்னொரு சாவி இருக்குமா? ஒருவேளை இல்லாவிட்டால்? சாவி இருந்தும், அது திறக்காவிட்டால்? கதவை அறுத்துத் திறப்பார்களா? உடைத்துத் திறப்பார்களா? அதற்கெல்லாம் எத்தனை நேரமாகும்? அரவிந்தனுக்குச் சட்டென்று பசிக்கத் தொடங்கியது.

செல்வியைத் தொலைபேசியில் அழைத்துச் சொல்லலாமா என்று நினைத்து, உடனடியாக அந்த எண்ணத்தைத் துடைத் தெறிந்தான். அநாவசியமாக அவளை ஏன் பதற்றப்படுத்த வேண்டும்? இந்தப் பிரச்சனை இன்னும் சில விநாடிகளில் தீர்ந்துவிடப் போகிறது.

அப்போதுதான், இரண்டு நாட்களாக செல்விக்கு ஃபோன் செய்யவே இல்லை என்று ஞாபகம் வந்தது. அவன் இன்றைக்குத் திரும்பி வரப்போகிறான் என்று நினைத்து எதிர்பார்த்துக் கொண்டிருப்பாள், பாவம்.

அப்படியானால், இப்போது அவளுக்குக் கண்டிப்பாக ஃபோன் செய்தாகவேண்டும். உடனடியாகச் செய்யலாமா? அல்லது, ஒன்பதரை மணிக்குமேல்? எதுவானாலும், இந்தப் பூட்டுப் பிரச்சனை தீர்ந்தபிறகுதான்.

அரவிந்தனுக்கு ஏஸி அறையிலும் ஏகமாக வியர்த்துக் கொண்டிருந்தது. இந்த ஒன்றரையணா பூட்டைப் பரிசோதிக்க வேண்டியவர்கள் எப்போது வருவார்களோ தெரியவில்லை.

மீண்டும் உள்ளே சென்று, ரிஸப்ஷனைத் தொலைபேசியில் அழைத்தான், 'ஹலோ, குட் ஈவினிங்சூ என்று தொடங்கிய வளைக் கத்தரித்து, 'பூட்டை சரிசெய்ய ஆள் அனுப்பினீங்களா இல்லையா?' என்றான்.

'ஸார், நீங்க உங்க ரூம் நம்பரை சொல்லவே இல்லை...' பரிதாபமாகச் சொன்னாள் அவள்.

'அதனால என்ன? நான் எந்த ரூமிலிருந்து ஃபோன் செய்றேன்னு உங்களால பார்க்கமுடியாதா?' அதட்டலாகக் கேட்டான் அரவிந்தன்.

'இப்போ முடியும் ஸார்' என்றாள் அவள். 'ரூம் நம்பர் 210, இதோ ஆள் அனுப்பிட்டேன்' என்று புன்னகைத்து, 'வேறெதாவது வேண்டுமா ஸார்?' என்றாள் சம்பிரதாயமாக.

'நோ தாங்க்ஸ்' விறைப்பாகச் சொல்லிவிட்டு ஃபோனைக் கீழே வைத்தான் அரவிந்தன். மின்விசிறியைப் பெரிதாக்கிக்கொண்டு படுக்கையில் சரிந்துகொண்டான்.

வெள்ளைவெளேரென்ற மேல் சுவரில் பூப்போன்ற வடிவங்கள் செய்து, அதன் நடுவே மின்விசிறியைப் பொருத்தியிருந்தார்கள். அது வேகமாகச் சுழலும்போது, மெல்லிய திரையின்பின்னே பூக்களைப் பார்ப்பதுபோலிருந்தது.

இப்போது ஒருவேளை பம்பாயில் பூகம்பம் வந்தால், தன்னால் வெளியே ஓடக்கூட முடியாது என்று சிரிப்புடன் நினைத்துக் கொண்டான் அரவிந்தன். யார் கண்டது, பூகம்பத்தின் அதிர்ச்சியில் இந்தக் கதவு திறந்துகொள்ளுமோ என்னவோ.

ஒன்றிரண்டு நிமிடங்களுக்குப்பின், யாரோ கதவைத் தட்டும் சப்தம் கேட்டது, 'என்ன ஆச்சு ஸார்?' என்று கொச்சை ஹிந்தியில் எவனோ விசாரிப்பதை மெலிதாகக் கேட்க முடிந்தது.

சட்டென்று கதவருகே ஓடினான் அரவிந்தன், 'கதவை திறக்க முடியல...' என்றான் சத்தமாக.

கதவுக்கு வெளியே இருந்தவன் பலமாக அதை ஒருமுறை தட்டினான். பின்னர், வெளியிலிருக்கும் கைப்பிடியைச் சுழற்றிப் பார்த்தான். பலனில்லை.

மேலும் ஒன்றிரண்டு முறை முயன்று பார்த்துவிட்டு, 'சாவி கொடுங்க ஸார்' என்றான் அவன்.

'ஏன்? உங்ககிட்டே டூப்ளிகேட் சாவி இல்லையா?' எச்சரிக்கையுடன் கேட்டான் அரவிந்தன்.

'கீழே போய்தான் வாங்கிட்டு வரணும் ஸார். லேட் ஆவும்' என்றான் அவன். 'உங்க சாவியை கதவுக்குக்கீழே தள்ளுங்க' என்றான் தொடர்ந்து.

சிறு தயக்கத்திற்குப் பின், கதவின் அருகே இருந்த சுவரில் பத்திரமாகப் பொருந்திக்கொண்டிருந்த சாவியைப் பிடுங்கினான் அரவிந்தன். உடனே, அந்தச் சாவியுடன் இணைக்கப்பட்டிருந்த பிரதான மின்சாரப் பொறி துண்டிக்கப்பட்டு, சட்டென்று அறையின் எல்லா விளக்குகளும் அணைந்தன.

இருட்டில் கதவு எங்கே இருக்கிறது என்றே தெரியவில்லை. நல்லவேளையாக, வெளியிலிருந்த மின் வெளிச்சம், கதவுக்குக் கீழே வழிந்துகொண்டிருந்தது. அந்த வெளிச்சக் கீற்றை இலக்காக வைத்து, சாவியைத் தள்ளிவிட்டான் அரவிந்தன்.

வெளியே அவன் சாவியை எடுத்துச் சுழற்றுவதும், 'க்ளிக்' என்கிற சப்தமும் நன்றாகக் கேட்டது. பின்னர், கதவு அகலத் திறந்துகொண்டது.

அந்த விநாடியில், சிலுசிலுவென்று வீசும் எதிர்க்காற்றில் நிற்பது போல் உணர்ந்தான் அரவிந்தன். சுதந்திரக் காற்றை ஆழ சுவாசித்தபடி, அறைக்கு வெளியே நின்றிருந்தவனுக்கு மனதார நன்றி சொன்னான்.

'தேங்க்ஸ் ஸார்' என்று பதில் மரியாதை செய்த அவன், பாக்கெட்டிலிருந்து ஒரு பெட்டியைக் கையிலெடுத்து, அதிலிருந்து சில உபகரணங்களைப் பொறுக்கிக்கொண்டான். பின்னர் கதவுக்கு முத்தமிடுவதுபோன்ற கோணத்தில் நின்றபடி, கைப்பிடியைக் கழற்றலானான்.

அவனுடைய லாகவமான பணிவேகத்தை வியந்தபடி சில நிமிடங்களுக்கு அவனை கவனித்துக்கொண்டிருந்தான் அரவிந்தன். பின்னர், பசி வென்றுவிட்டது, 'நீங்க இதை பாருங்க, நான் சாப்பிட்டுட்டு வந்துடறேன்' என்றான்.

'ஓக்கே ஸார்' என்று சிறிய சல்யூட் ஒன்றைச் செய்தான் அவன். 'சாவியைமட்டும் இங்கயே விட்டுட்டுப் போங்க, நான் வேலையை முடிச்சுட்டு ரிஸப்ஷன்ல கொடுத்துடறேன்' என்றான்.

'ஷ்யூர்' என்றபடி, அவனைக் கடந்து வெளியேறினான் அரவிந்தன். விறுவிறுவென்று லிஃப்ட்கள் நிறைந்த மையப்பகுதியை நோக்கி நடந்தான்.

ஹோட்டலின் பொதுப்பகுதிகளில் எங்கும் ஸ்பீக்கர்வழியே ஸாக்ஸஃபோன் கசிந்துகொண்டிருந்தது. ஆங்காங்கே மரச்சுவர்களில் நவீன ஓவியங்கள். பொதுவாக, எல்லா நட்சத்திர ஹோட்டல்களிலும் இப்படி விளங்கிக்கொள்ளச் சிரமமான நவீன ஓவியங்கள் மாட்டப்பட்டிருப்பதன் தாத்பர்யம் என்ன என்று யோசித்தபடி, தனக்கான லிஃப்டை அழைத்தான் அரவிந்தன்.

அவனுடைய பசியைப் புரிந்துகொண்டாற்போல், லிஃப்ட் உடனே வந்துவிட்டது. அதில் புகுந்து, முதலாவது மாடிக்கான பொத்தானை அழுத்தியபோது, செல்விக்குத் தொலைபேச வேண்டும் என்று மீண்டும் நினைவு வந்தது.

முதலாவது மாடியிலிருந்த உணவகத்தின் அருகே, ஒரு சிறு நீச்சல் குளம் உண்டு. இப்போது அங்கே அதிகக் கூட்டம் இருக்காது என்பதால், அங்கிருந்து செல்வியை அழைக்கலாம் என்று தீர்மானித்துக்கொண்டான் அரவிந்தன்.

அவன் நினைத்தபடி நீச்சல் குளம் வெறிச்சோடிக் கிடந்தது. தூரத்தில் ஒரே ஒரு சின்னஞ்சிறுமி, அம்மா துணையுடன் தண்ணீரை அளைந்துபார்த்துக்கொண்டிருந்தாள்.

நீள நாற்காலிகளில் ஒன்றில் நன்றாகச் சரிந்து அமர்ந்தபடி, செல்பேசியில் வீட்டு எண்ணை அழைத்தான் அரவிந்தன்.

'ஹலோ...' செல்வியின் குரலில் அதீத சோகம் தொனிப்பது போலிருந்தது அவனுடைய குற்றவுணர்ச்சியை அதிகப்படுத்தியது.

'நான்தான் செல்வி... எப்படி இருக்கே?'

'எனக்கென்ன குறைச்சல்?' என்று சிரித்தாள் செல்வி, 'ஐம் ஃபைன், ஹவ் ஆர் யூ?'

'ஓக்கே' என்றான் அரவிந்தன், 'உன்கிட்டே ஒரு விஷயம் சொல்லணும்.'

'என்னது? நீ இன்னிக்கு வரலை, இன்னும் நாலஞ்சு நாளாகும். அதானே?' ஏதோ நாளைக்கு சனிக்கிழமை என்று சொல்வது போல் சாதாரணமாகக் கேட்டாள் செல்வி.

'அது எப்படி உனக்கு தெரியும்?' அரவிந்தனுக்கு ஆச்சரியம் தாளவில்லை.

'வெள்ளிக்கிழமை திரும்பி வரவேண்டிய ஆளு, ராத்திரி ஒன்பது மணிக்கு இப்படி ஃபோன் செஞ்சா, அதுக்கு ஒரே ஒரு அர்த்தம்தான் இருக்கமுடியும் எஞ்சினியர் ஸார்' என்று சிரித்தாள் அவள்.

'ஸாரி செல்வி, அல்மோஸ்ட் எல்லாம் முடிஞ்சமாதிரிதான். ஆனா, சில புது விஷயமெல்லாம் கேட்கறாங்க...' என்று தயக்கத்துடன் விளக்கத் தொடங்கினான் அரவிந்தன்.

'நோ ப்ராப்ளம், இருந்து எல்லா வேலையையும் முடிச்சுட்டு வா, ஒண்ணும் அவசரமில்லை' என்றாள் செல்வி. 'இப்படி தாமதமாகலாம்ன்னு கொஞ்சம் முன்னாடியே சொல்லியிருந் தேன்னா, நான் எங்க அம்மா வீட்டுக்கு போய்ட்டு வந்திருப்பேன்' என்றாள் தொடர்ந்து.

அவள் உற்சாகமாகதான் பேசினாள். என்றாலும், அரவிந்தன் குற்றவுணர்ச்சியிலிருந்து மீளமுடியாமல் திணறிக்கொண்டிருந் தான். இப்போது அவள் சொன்னதைக் கேட்டதும், அந்த வேதனையும், தன்னிரக்கமும் இன்னும் அதிகமாகிவிட்டது.

'இப்போதான் என்ன? போய்ட்டு வா செல்வி...' என்றான்.

'அதெல்லாம் வேணாம்' தீர்மானமாகச் சொன்னாள் அவள், 'அப்புறம் நீ அடுத்த வாரம் திரும்பி வரும்போது நான் அங்கே இருப்பேன், அனாவசியமா மறுபடியும் கஷ்டம். நான் எங்கயும் போகலை, இங்கயே இருக்கேன்.'

‘ஓக்கே’ என்றான் அரவிந்தன், ‘குரல் கொஞ்சம் பிசிறடிக்குதே... ஏன்?’

‘ஒண்ணுமில்லை, லேசா ஜுரம்...’ என்றாள் செல்வி, ‘ரெண்டு நாளா ஜலதோஷம், தலைவலி தாங்கலை. இன்னிக்கு ஜுரமும் வந்துடுச்சு.’

‘அச்சச்சோ... உடனடியா ஒரு டாக்டரை பார்க்கவேண்டியது தானே?’ பதற்றத்துடன் கேட்ட அரவிந்தனுக்கு இப்போதே அவளைப் பார்க்கவேண்டும்போலிருந்தது. தலையில் ஒரு பழைய ஜாக்கெட்டைச் சுற்றிக் கட்டிக்கொண்டு, மூச்சுவிடச் சிரமத்துடன், நைட்டியில் ஒரு கர்ச்சீப்பைப் பின் வைத்துக் குத்திக்கொண்டு, அதில் அடிக்கடி மூக்கைச் சிந்திக் கொண்டிருப்பாள். பாவம்.

‘இன்னிக்கு நீ வந்துடுவே, நாளைக்கு டாக்டர்கிட்டே போகலாம்ன்னு இருந்தேன்ப்பா...’ என்றாள் அவள். ‘சரி, நானே போய்ட்டு வர்றேன்’ என்றாள் தொடர்ந்து.

‘ரொம்ப ஸாரிம்மா...’ என்றான் அரவிந்தன், ‘தனியா உனக்கு ரொம்ப கஷ்டம், பாவம்...’

‘அதெல்லாம் ஒண்ணுமில்லப்பா. நான் பார்த்துக்கறேன்’ என்றாள் செல்வி. ‘நீ என்னைப்பத்தி கவலைப்படாம, உன் வேலையில கவனம் செலுத்து’ என்றாள் உறுதியான குரலில்.

‘அது எப்படி முடியும் செல்வி?’ என்றான் அவன். ‘என் நினைப்பெல்லாம் அங்கேதான் இருக்கு. பெங்களூரில் கொலை, கொள்ளைன்னு எந்த ரிப்போர்ட் படிச்சாலும், மனசு பதறுது.’

‘ஐயோ மக்கு’ என்று சிரித்தாள் அவள். ‘கண்டதையும் கற்பனை செஞ்சுகிட்டு கவலைப்படாதே. இது சாதாரண தலைவலி, காய்ச்சல். எல்லாம் தானா சரியாப்போயிடும்.’

‘அப்படீன்னா, நீ டாக்டர்கிட்டே போகமாட்டியா?’ கிட்டத் தட்ட அழுகிற குரலில் கேட்டான் அவன்.

‘போறேன்ப்பா’ என்று சிரித்தாள் அவள், ‘நாளைக்கு ஈவினிங் வரைக்கும் காய்ச்சல் இருந்தா, டாக்டரை பார்க்கறேன். சரியா?’

‘ஓக்கே’ என்று அரைமனதாகச் சொன்னான் அவன். ‘வேறென்ன விசேஷம்?’

‘வேற ஒண்ணும் இல்லை’ என்றாள் அவள். ‘நீ வேலையை முடிச்சுட்டு சீக்கிரமா ஓஓஓஓடி வந்துடுவியாம். சரியா?’

‘சரிம்மா’ என்றான் அவன், ‘டேக் கேர், குட் நைட்.’

அவன் செல்பேசியை அணைத்து பாக்கெட்டில் போடும்வரை காத்திருந்த உணவகப் பணியாளன், பவ்யமான தூரத்தில் நெருங்கி, ‘குடிப்பதற்கு ஏதாவது வேண்டுமா ஸார்?’ என்றான் பணிவாக. அந்த அரையிருட்டில், அரவிந்தனின் முகத்தில் படிந்திருந்த கலவை உணர்ச்சிகளை அவனால் கவனித்திருக்க முடியாது.

சில விநாடிகள் யோசித்த அரவிந்தன், ‘லஸ்ஸி’ என்றான்.

10

அரவிந்தன் அறைக்குத் திரும்பும்போது, நேரம் நள்ளிரவைத் தொட்டிருந்தது. படுக்கைக்கு அருகிலிருந்த டிஜிட்டல் கடிகாரத்தில் நேரம் பார்த்துவிட்டு திகைத்தவன், பிறகு தனக்குத்தானே சமாதானம் சொல்லிக்கொண்டான், 'நாளைக்கு சனிக்கிழமைதானே? விருப்பப்படி தூங்கலாம், லேட்டா எழுந்திருக்கலாம். எந்தப் பயலும் கேள்வி கேட்கமுடியாது.'

உடை மாற்றக்கூட தோன்றாமல் படுக்கையில் விழுந்தான். கைக்கடிகாரத்தைக் கழற்றிக் குறு மேஜைமீது வைத்தபோது, அங்கிருந்த செல்வியின் புகைப்படம் கீழே விழுந்தது. நிமிர்த்தி வைத்தான்.

அந்த நிழற்படத்தில், புகைப் பின்னணியில் செல்வி மலர்ந்து சிரித்துக்கொண்டிருந்தாள். அவனுக்கு ரொம்பப் பிடித்த புகைப்படம் அது. தேனிலவுக்குக் கொடைக்கானல் சென்ற போது எடுத்தது.

செல்விக்கு இந்தப் புகைப்படம் அவ்வளவாகப் பிடிக்காது, 'பல்லெல்லாம் தெரியுது. வெவ்வெவ்வே' என்பாள் கிண்டலாக.

இதே பயணத்தின்போது எடுத்த வேறொரு படம்தான் அவளுக்குப் பிடித்தமானது. ஆளரவமில்லாத ஓர் ஒற்றையடிப்

பாதையில், புகைப்படக் கருவியின் தானியங்கித் தொழில் நுட்பத்தைக் கொண்டு, அவர்களே தங்களைத் தாங்களே எடுத்துக்கொண்ட படம் அது.

இத்தனைக்கும், அதில் விசேஷமாக எதுவுமே இல்லை. ஒருவரையொருவர் அணைத்துக்கொள்வதுகூட இல்லை, பிரமாதமான சிரிப்பு இல்லை, இருவர் முகத்திலும் லேசான புன்னகை, துணையின் அருகே நெருக்கமாக நிற்கிற புதுப் பெருமிதம். அவ்வளவுதான்.

ஆனால், எதனாலோ செல்விக்கு அந்தப் படம் விருப்பமானது. கொடைக்கானலில் அவர்கள் சேர்ந்து எடுத்துக்கொண்ட மற்ற படங்கள் எல்லாம், அவ்வப்போது, அந்தந்த இடங்களில் இருந்த மூன்றாம் நபர்கள் யார் யாரோ எடுத்துக்கொடுத்தவை. அப்படியின்றி, தனிமையின் ருசியும் இந்தப் படத்தில் கலந்திருக்கிறது என்பாள் அவள்.

மேஜைமேலிருந்த செல்வியின் படத்தைக் கையிலெடுத்துப் பார்த்தான் அரவிந்தன். சென்ற விநாடியில்தான் பிடித்ததைப் போன்ற ஒரு புத்துணர்ச்சி அதில் தெரிந்தது.

இடையே ஒன்றிரண்டு வருடங்கள் கழிந்திருந்தாலும், இந்தப் படத்திலிருக்கும் செல்விக்கும், இப்போதைய செல்விக்கும் பெரிதாக வித்தியாசங்கள் எதுவும் இல்லை. அந்தச் சிரிப்புதான் அவளை எப்போதும் புதிதாக வைத்திருக்கிறதுபோல என்று நினைத்துக்கொண்டான் அரவிந்தன்.

அந்தப் படத்தைப் பார்க்கப் பார்க்க, அதன் பின்னணியிலிருக்கிற புகை நிஜமாகவே அவனைச் சுற்றிப் படர்வதுபோல் தோன்றியது. கொஞ்சம் முயன்றால், அந்தப் பயணத்தின் ஒவ்வொரு விநாடியையும் தெள்ளத்தெளிவாக நினைவுக்குக் கொண்டுவந்துவிடமுடியும் என்று நினைத்தான் அவன்.

ஏனெனில், அதன்பிறகு அவர்கள் இருவரும் சேர்ந்து எங்கும் பயணம் சென்றதில்லை. கடந்த சில ஆண்டுகளாக அவனுக்கு வாய்ப்பதெல்லாம் இதுபோன்ற தனிமைப் பயணங்கள்தான். இந்தமுறை பெங்களூர் திரும்பியதும், கண்டிப்பாகச் செல்வியுடன் எங்காவது தொலைந்துபோய்விடவேண்டும் என்று உறுதியாக நினைத்துக்கொண்டான் அரவிந்தன்.

ஆனால், அப்படியொரு பயணம், இதுவரையிலான இழப்பு
களை ஈடுகட்டுமா என்றுதான் தெரியவில்லை.

ஃபோட்டோவை அதனிடத்தில் வைத்துவிட்டு, கைகளைத்
தலைக்குப் பின்னே கோர்த்தபடி படுத்துக்கொண்டான் அரவிந்தன்.
வேலை, வேலை என்று நிற்காமல் ஓடிக்கொண்டிருக்கையில்,
வேறு வழியில்லாமல் கூடவே ஓடுகிறவள் மனதில் என்ன
நினைத்துக்கொண்டிருக்கிறாளோ? அவளுடைய விருப்பங்கள்,
தேவைகள் என்ன என்று கொஞ்சம் நின்று விசாரித்திருக்கலாம்.

இன்று மதியம் ஞானேஷ்வர் திடுதிப்பென்று விவாகரத்தைப்
பற்றிப் பேசியது, அவனுக்குள் தாளாத ஒரு அதிர்வை
உண்டாக்கியிருந்தது. ஆரம்பத்தில் பலமாக இருந்த அதிர்வுகள்,
இப்போது ஓரளவு தணிந்திருக்கின்றன. என்றாலும், உள்ளுக்குள்
அடிபட்ட பறவைபோல் ஏதோ படபடத்தபடியிருந்தது.

தன்னுடன் பணிபுரிகிற மற்றவர்கள் இந்தப் பிரச்சனையை
எப்படிச் சமாளிக்கிறார்களோ தெரியவில்லை என்று வியந்து
கொண்டான் அரவிந்தன். அலுவல் வாழ்க்கையையும், குடும்ப
வாழ்க்கையையும் சரிவிகிதத்தில் பிரித்து, இரண்டுக்கும் உரிய
முக்கியத்துவம் தருவது எப்படி? முதலில், அப்படியொரு
சமநிலை சாத்தியம்தானா?

திருமணமானதிலிருந்து, இப்படிப் பிரச்சனை வந்தபோ
தெல்லாம், (சில சமயங்களில் பிரச்சனையே வராதபோதும்கூட)
தான் தொடர்ந்து ஒரே பக்கம்தான் சாய்ந்துவந்திருக்கிறோம்
என்று கசப்புடன் நினைத்துக்கொண்டான் அரவிந்தன். வேறுவித
மாக இதைக் கையாளமுடியுமா என்றுகூட யோசித்ததில்லை.
'வேலைதான் முக்கியம்' என்கிற போர்வையில், செல்வியின்
பெருந்தன்மையைத் தொடர்ந்து தவறாகப் பயன்படுத்தி
வந்திருக்கிறேன்.

இதைப் பற்றியெல்லாம் செல்வி யோசித்திருப்பாளா என்று
தெரியவில்லை. அடக்கிவைக்கப்பட்டவர்களின் கோணம்,
தங்களையறியாமல் அடக்குமுறை செய்கிறவர்களுக்குக்கூட
புரியாதுதான்.

அரவிந்தனுக்குச் சிறுவயதில் படித்த கதையொன்று நினைவுக்கு
வந்தது.

ஒரு பெரிய கடலுக்கு நடுவே சில சின்னத் தீவுகள், அல்லது மண் திட்டுகள். அந்தச் சிறு நிலப்பகுதி, தினந்தோறும் கொஞ்சம் கொஞ்சமாக வளர்ந்துகொண்டிருந்தது. கூடவே, கடல் நீரும் குறைந்துகொண்டுபோக, ஒருகட்டத்தில், கடலுக்கு நடுவே தீவுகள் என்பதுபோய், தீவுகளுக்கு நடுவேதான் கடல் என்கிற நிலைமை உலகமெங்கும் உருவாகிவிட்டதாம்.

இப்படியே போனால், உலகத்தில் கடலே இல்லாமல் போய்விடும் என்று எண்ணிய கடவுள், தனது மந்திரக் கோலை உயர்த்தினாராம். உடனே, நிலப்பகுதி வளர்வதும், கடல் பகுதி தேய்வதும் குறைந்துவிட்டதாம். நாம் இப்போது பார்க்கிற நாடுகளெல்லாம், அப்படி உருவானவைதானாம்.

மூன்றாம் வகுப்பிலோ, அல்லது அதற்கு முன்போ கேட்ட கதை. விதவிதமான முக பாவனைகளுடன் நீட்டி முழக்கிக் கதை சொன்ன டீச்சரைக்கூட இன்னும் பளிச்சென்று நினைவிருக்கிறது.

கடல் தேய்ந்து, நிலம் வளர்ந்து, எல்லாமே தனது விருப்பத்திற்கு எதிராகச் சென்றுகொண்டிருப்பதைப் பார்க்கும் கடவுளின் மனோநிலையில்தான் இப்போது அவன் இருந்தான். உடனடியாக, ஏதாவது செய்யவேண்டும். இல்லையென்றால், விபரீதமாகிவிடும்.

தனக்கான மந்திரக்கோலை எங்கே தேடுவது என்று எண்ணிய போது, அரவிந்தனுக்கு அழுகை வருவதுபோலிருந்தது.

11

ஞாயிற்றுக்கிழமை காலை செல்வியைத் தொலைபேசியில் அழைத்தபோது, அவள் ஓரளவு உற்சாகமான மனோநிலையில் இருப்பதாகவே தோன்றியது, 'ஜுரம் போயே போச்' என்றாள் சிரித்து.

'அப்புறம்? ரெண்டு நாளா என்ன செஞ்சே?' செல்பேசியைத் தோளிடுக்கில் பொருத்திக்கொண்டிருந்த அரவிந்தன், ரொட்டியில் ஜாம் தடவியபடி கேட்டான்.

'எப்பவும்போல சும்மாதான் இருக்கேன்' என்றாள் அவள். 'உனக்குதான் சனி, ஞாயிறு விசேஷம். நீ ஊர்ல இல்லாட்டி, எனக்கு எல்லா நாளும் ஒரேமாதிரிதான்.'

'நானும் எங்கயும் வெளியே போகல...' என்றான் அரவிந்தன், 'ரெண்டு நாளா கண்டபடி தூங்கறேன்.'

'நாளைக்கு மறுபடி ஆஃபீஸா?' என்ற செல்வி, திடீரென்று நினைத்துக்கொண்டாற்போல், 'ஹேய், இன்னிக்கு ரொம்ப போரடிக்குதுன்னு நம்ம கல்யாண வீடியோவை எடுத்து பார்த்துகிட்டிருந்தேன்' என்றாள்.

'கல்யாண வீடியோவா? மை காட்!' என்று நெஞ்சைப் பிடித்துக் கொண்டான் அவன், 'இதுவரைக்கும் நூத்தி எழுபத்தெட்டரை தடவை பார்த்துட்டே... இன்னும் உனக்கு அது சலிக்கலையா?'

'என்னப்பா பண்றது? எனக்கு சோகப் படம்ன்னா ரொம்ப பிடிக்கும்' என்று கிண்டலாகச் சொன்னவள், 'சும்மா சொல்லக் கூடாது. கல்யாணத்தின்போது உனக்கு தொப்பை இல்லவே இல்லை' என்றாள்.

இதற்கு அரவிந்தன் பதில் சொல்வதற்குள், ஏதோ கோளாறில் இணைப்பு துண்டிக்கப்பட்டுவிட்டது. அதன்பிறகு ஒன்றிரண்டு முறை முயன்றும் கிடைக்கவே இல்லை.

நேற்று செல்வியுடன் பேசியதை அசைபோட்டுக்கொண்டிருந்த அரவிந்தன், அனிச்சையாகத் தனது தொப்பையைத் தடவியபடி யிருந்தான். திருமணமான புதிதில், தன்னுடைய சாப்பாடு எப்படி யிருக்குமோ என்று நிச்சயமில்லாத செல்வி, எல்லாவற்றிலும் எண்ணெயையும், நெய்யையும் தூக்கலாக ஊற்றி வளர்த்த தொப்பை.

அதன்பிறகு, வெண்ணெய்ச் சுவைக்கு நாக்கு நன்றாகப் பழகிக் கொண்டது. பனீரும், பாலாடைக்கட்டியுமாகத் தினந்தோறும் தின்றதில், அரவிந்தனுடைய தனிப்பட்ட அடையாளமாகச் சொல்லுமளவு தொப்பை பெருத்துவிட்டது.

இப்போதுதான் சில நாட்களாக, வீட்டினுள் ட்ரெட் மில்லில் நடைப் பயிற்சி செய்கிறான். மிஞ்சிப்போனால், மாதத்துக்குக் கால் கிலோவோ, அரைக் கிலோவோ குறைகிறது. அதுவும், ஒழுங்காக வயிற்றைக் கட்டினால்தான்.

ஆனால், வெளியூர்ப் பயணம் என்று இப்படிக் கிளம்பிவிட்டால், அதற்கும் வழியில்லாமல் போய்விடுகிறது. வெளியே எங்கு செல்வதானாலும் டாக்ஸி, அல்லது ஆட்டோ. ஆகவே, சாதாரணமாக நடப்பதற்குக்கூட வாய்ப்பில்லை. இதற்கு நேரெதிராக, சாப்பிடுவதெல்லாம் கொழுப்பு நிறை உணவுகள் என்பதால், ஒவ்வொரு நிமிடமும் உடம்பு பெருத்தபடி யிருக்கிறது.

மேஜை மேலிருந்த பாட்டிலில் தண்ணீர் இருக்கிறதா என்று பார்த்தான் அரவிந்தன். அடியில் கொஞ்சூண்டு இருந்தது. லேசாகத் தொண்டையைமட்டும் நனைத்துக்கொண்டு மீண்டும் வேலையில் மூழ்கினான்.

இங்கே வந்த தினத்திலிருந்து, புதிதாக இவர்கள் அள்ளிப் போட்டிருக்கிற எல்லாத் தேவைகளையும் பட்டியலிட்டு,

அவற்றில் எது முக்கியம், எது அவசரம், எது அவசர முக்கியம் என்று வகைப்படுத்தும்படி உத்தரவு. அந்தப் பட்டியலை வைத்துக்கொண்டு, எதை எப்போது செய்வது என்று முடிவெடுப்பார்களாம்.

புண்ணியவான்கள் எதையாவது சீக்கிரம் செய்து தொலைக் கட்டும். இப்படிக் காலத்துக்கும் இங்கேயே தங்கிக் கொண்டிருக்க அவனால் முடியாது.

இதுபோன்ற தனியார் நிறுவனங்களுக்கெல்லாம், பிறக்கும் போதே இரட்டை நாக்குதான். தங்களுக்குள் பேசிக்கொள்ளும் போது ஒரு நாக்கு, வெளியாட்களிடம் பேசுகையில் வேறொரு நாக்கு.

இவர்களாக ஒரு வேலையைச் செய்யும்போது, அதற்குக் கால நேர வர்த்தமானக் கட்டுப்பாடுகளெல்லாம் அவசியப்படாது. புராதனம் படிந்த அரசாங்க அலுவலகங்களைப்போல, சின்னச் சின்ன வேலைகளைக்கூட, இவர்கள் பல மாதங்களுக்கு இழுத்தடித்துச் செய்துகொண்டிருக்கிற ஆமை வேகத்தைப் பார்க்கிறபோது அவனுக்கு ஆத்திரமாக வரும்.

ஆனால், அதே வேலையை வெளியாள் ஒருவரிடம் ஒப்பந்த அடிப்படையில் கொடுத்தால், இத்தனை நாட்களுக்குள், இந்தத் தரத்தில் முடித்தாகவேண்டும் என்று அதட்டுவார்கள். நியாயம் தான். ஆனால், அந்த வேலைக்கு அவர்கள் தருகிற கால அவகாசம்தான் அநியாயமாக இருக்கும்... பத்து நாட்களில் முடிகிற வேலையை, மூன்றாவது நாள் சாயங்காலம் முடித்தாக வேண்டும் என்று ஒற்றைக் காலில் நிற்பார்கள், 'உன்னால் முடியாதென்றால், நான் வேறு ஆள் பார்த்துக்கொள்கிறேன்' என்று திமிரோடு மிரட்டுவார்கள்.

வேறு எந்த ஆள் வந்தாலும், அந்த வேலையை மூன்று நாட்களுக்குள் முடிக்கமுடியாது என்று நிச்சயமாகத் தெரிந்திருந்தாலும், இதுபோன்ற பெருந்தலை வாடிக்கை யாளர்களை, வேறொரு கம்பெனியிடம் இழந்துவிடக்கூடாதே என்பதற்காக, 'எட்டு நாள்ன்னா கொஞ்சம் முயற்சி பண்ணலாம் ஸார்' என்று அசிங்கமாக பேரம் பேசிக் கெஞ்சவேண்டியிருக்கும்.

கடைசியில், பத்து நாள் வேலையை, ஆறு நாளில் முடித்தாக வேண்டும் என்று முடிவாகும். அதற்கான காசை வாங்கிப்

பையில் போட்டுக்கொண்டு விற்பனையாளர்கள் பறந்துவிட, கடைசியில் மாட்டிக்கொள்வது அரவிந்தனைப் போன்றவர்கள் தான். இப்படிச் செய்து செய்துதான், இந்தத் துறையில் எட்டு மணி நேர வேலை என்பதே வழக்கொழிந்துவிட்டது.

இத்தனை வருடங்களில், ராத்திரி, பகலெல்லாம் அர்த்தமிழந்து விட்ட இந்த வேலைக்கு அரவிந்தன் நன்றாகவே பழகிக் கொண்டிருந்தான். என்றாலும், இப்படி வாடிக்கையாளர்களின் அலுவலகங்களில் அமர்ந்திருக்கிறபோது, சுற்றியிருக்கிற எல்லோரும் ஐந்து மணிக்கு ஸ்விட்ச் போட்டாற்போல் எழுந்து வீட்டுக்குச் சென்றுவிடுகையில், இவன்மட்டும் தனியே உட்கார்ந்து குப்பை கொட்டிக்கொண்டிருப்பது சலிப்பாக இருந்தது.

தனக்கென்று அமைக்கப்பட்டிருந்த தற்காலிக மேஜையின் அறைகளைத் திறந்து பார்த்தான் அரவிந்தன். ஒன்றில் சில உதிரித் தாள்களும், ஒரு நீல நிற பேப்பர் வெயிட்டும் இருந்தது. இன்னொன்று அழுந்த மூடியிருந்தது. அதை வேகமாகத் திறந்தபோது, ஒரு நிழற்படம் விடுபட்டுச் சரிந்துவந்தது.

இனம்புரியாத ஆர்வத்துடன் அதைக் கையிலெடுத்தான் அரவிந்தன். அழகான ஒரு பெண்ணின் புகைப்படம் அது, அவன் எப்போதும் தனது பயணப் பெட்டியில் வைத்திருக்கும் செல்வியின் புகைப்படத்தைப்போலவே, கச்சிதமாக லாமினேட் செய்யப்பட்டு, மேஜையின்மேல் நிற்கவைக்கும்படியான அமைப்புடன், கம்பீரமாக இருந்தது.

புகைப்படத்திலிருந்த அந்தப் பெண்ணை அவன் கண்டிப்பாக இதற்குமுன் பார்த்ததில்லை, என்றாலும், ஏதோ ஒரு விதத்தில் மிகவும் பரிச்சயமானவளாகத் தோன்றினாள் அவள். சிரிக்கும் அந்தக் கண்களும், கூர் மூக்கும், அலைபாயவிட்டிருக்கும் தலைமுடியும், சந்தன நிறச் சேலையும் அவளை இன்னமும் பலமடங்கு அழகாகக் காட்டின, அந்தப் புகைப்படத்தை எடுத்தவன் ஒரு மகா கலைஞனாகதான் இருக்கவேண்டும் என்று எண்ணத்தோன்றியது.

யார் இவள்? இதற்குமுன் இந்த இருக்கையில் அமர்ந்திருந்தவனின் மனைவியாகவோ, காதலியாகவோ இருப்பாளா? யோசனையுடன் அந்தப் புகைப்படத்தை மேஜைமீது வைத்தான், சரியாகப் பொருந்தி நின்றுகொண்டது.

அந்தப் புகைப்படத்தையே சில விநாடிகளுக்குக் கண்கொட்டாமல் பார்த்துக்கொண்டிருந்தான் அரவிந்தன். அதிலிருக்கும் பெண் யார் என்கிற ஆரம்பக் குறுகுறுப்பு குறைந்து, இப்போது வேறுவித மான கேள்விகள், அல்லது ஊகங்கள் தோன்றியிருந்தன.

திடீரென்று, அந்தத் தற்காலிக இருக்கைக்கு மிகவும் நெருக்க மானவனாகத் தன்னை உணர்ந்தான் அரவிந்தன். தனக்குமுன் அதில் உட்கார்ந்திருந்தவர் யாராக இருந்தாலும், அவர் அனுபவித்திருக்கக்கூடிய உணர்வுகள், இப்போது கை மாறித் தன்னிடம் வந்துவிட்டதுபோல் உணர்ந்தான் அவன். ஒருவேளை, இந்தப் புகைப்படத்தில்தான் அவர் தனது மனதைக் கொட்டி வைத்திருந்தாரா? இடம் மாறிச் செல்லும்போது, இங்கேயே விட்டுச் சென்றுவிட்டாரா?

உடனடியாக அவரைக் கண்டுபிடித்து, இந்த ஃபோட்டோவை அவரிடம் கொடுத்துவிடவேண்டும்போல் துடிப்பாக இருந்தது அரவிந்தனுக்கு, 'இந்தாய்யா உன் பொருள்' என்று பாரத்தை அவரிடம் ஒப்படைத்துவிட்டு, அந்த இடத்தில் செல்வியின் புகைப்படத்தை வைக்கவேண்டும் என்று எண்ணிக்கொண்டான் அவன்.

ஆனால், செல்வியின் புகைப்படம் எதற்கு இங்கே இருக்க வேண்டும்? இது என்னுடைய இடம் இல்லை. நான் நாளைக்கோ, அதற்கு மறுநாளோ பெங்களூருக்குப் பறந்து விடப்போகிறேன். அதன்பிறகு, என் அலுவலகத்தில், என் சொந்த மேஜையில் செல்வியின் படத்தை வைத்துக்கொண்டால் போதாதா?

அந்தக் காட்சி அரவிந்தனின் நெஞ்சு முழுதும் நிரம்பியது. இப்போதைக்கு அது கற்பனைதான் என்பதை நினைக்கக்கூட விரும்பாதவனாக, அதைப் பெரிதாக்கி, விரிவாக்கி, பின்னர் அதனுள் தாவிக் குதித்துவிடவேண்டும் என்று ஆவலோடு எண்ணத் தொடங்கிவிட்டான் அரவிந்தன், லேசாக மூச்சுத் திணறலானது அவனுக்கு.

சட்டென்று மேஜைமேலிருந்த அந்தப் புகைப்படத்தை எடுத்து, இருந்த இடத்திலேயே திரும்ப வைத்துவிட்டான் அரவிந்தன். இந்த விநாடியே ஊருக்குத் திரும்பிவிடவேண்டும்போல் ஒரு படபடப்பு தொடங்கியது.

கணினியை மூடிப் பைக்குள் வைத்துக்கொண்டு, வாசலை நோக்கி நடந்தபடி செல்பேசியில் வீட்டு எண்ணை முயன்றான் அரவிந்தன். நினைத்த மாத்திரத்தில் இப்படித் தொலைபேசியில் அழைத்துப் பேசுவதுபோல, மனிதர்களும் நொடிக்கு நொடி ஒரு ஊரிலிருந்து இன்னொரு ஊருக்குப் பறந்து சென்று, திரும்ப முடிந்தால் எப்படி இருக்கும் என்று கற்பனை செய்து பார்த்த போது, அந்தச் சிந்தனையின் அபத்தப் பின்னணி புரிந்தும், ஆனந்தமாக இருந்தது.

'இந்தத் தடத்தில் எல்லா இணைப்புகளும் உபயோகத்தில் உள்ளன' என்றது அவனுடைய செல்பேசி.

12

ஜில்லென்ற அந்த வெண்ணிறத் துண்டை முகத்தில் பரப்பி ஒற்றியெடுத்தபோது, கை நிறைய பனிக்கட்டிகளை அள்ளிப் பூசிக்கொண்டாற்போல் இதமாக இருந்தது அரவிந்தனுக்கு.

மும்பையின் ராட்சஸப் போக்குவரத்தில் சுமார் ஒரு மணி நேரம் பயணம் செய்து வந்ததில், முகமெல்லாம் எரிந்து கொண்டிருந்தது. ஆகவே, இந்தச் செயற்கைப் பனிப் பூச்சை இன்னும் சிறிது நேரம் அனுபவிக்கவேண்டும்போல் ஏக்கமாக இருந்தது அவனுக்கு.

வீட்டுக்குத் திரும்பும் எல்லாப் பயணங்களுமே இன்பமய மானவைதான். இப்படித் தாமதமாகித் திரும்புவதென்றால், இன்னும் விசேஷம்.

ஆனால், விமானத்தினுள் நுழைகிற விநாடிவரை, அரவிந்தனுக்கு இந்தப் பயணம் எந்த அளவுக்கு நிச்சயமானது என்பது தெரியவில்லை. கடைசி நேரத்தில் அழைத்து, 'நீ பெங்களூர் போகமுடியாது, உடனடியாக ஆஃபீஸுக்கு திரும்பி வா!' என்று சொல்லிவிடுவார்களோ என பயந்து, விமான நிலையத்திற்கு வந்ததும், செல்பேசியைக்கூட அணைத்துவிட்டான்.

அதன்பிறகு, எல்லாமே அதிவிரைவாக நடப்பதுபோலிருந்தது. ஏற்கெனவே, திறந்த டிக்கெட்டை இன்றைய மாலை விமானத்திற்கு மாற்றிக்கொண்டிருந்தான். அதை உறுதி செய்து,

பாதுகாப்புப் பரிசோதனைகளை முடித்துக்கொண்டு, விமானத்தில் ஏறி உட்கார்ந்து, மிட்டாய் தின்று, காதில் பஞ்சு பொருத்திக் கொண்டு, ஜில் துண்டில் முகம் துடைத்துக்கொண்டாகிவிட்டது.

ஆனால், இந்த வேகமெல்லாம் அரவிந்தனுக்குப் போதவில்லை. ஒருவேளை இது கற்பனையாகவோ, கனவாகவோ இருந்தாலும் கூட, அது கலைவதற்குள் இந்த விமானம் பெங்களூருக்குச் சென்றுவிடாதா என்றிருந்தது அவனுக்கு.

இந்தப் பயணம் நேற்றைக்கே அநேகமாக முடிவாகிவிட்டது. நீண்ட விவாதங்களுக்குப் பிறகு, இப்போதுள்ள பட்டியலில் எவையெல்லாம் புதிய விஷயங்கள், எவை பழைய பிரச்சனைகள் என்று வகை பிரித்து, எவற்றை, எப்போது முடிக்க இயலும் என்று தேதிவாரியாகக் குறிப்பிட்டு உறுதி தந்தபிறகு, 'ஒழிஞ்சு போ' என்கிற தோரணையில் அரவிந்தனைக் கிளம்ப அனுமதித்தார்கள்.

ஆனால், இதுபோன்ற வாக்குவாதங்கள் எப்போதும் முழுசாக முடிவடைவதில்லை என்பதுதான் அரவிந்தனின் அனுபவம். எந்த விநாடியிலும், எதிர்த்தரப்பில் யாரேனும் ஒருவர் திடீரென்று கோபப்பட்டு, ஏற்கெனவே எடுக்கப்பட்ட முடிவுகளையெல்லாம் மொத்தமாகக் கிழித்து வீசிவிட்டு, அரவிந்தனை அவனுடைய நாற்காலியிலேயே கட்டிப்போட்டு விடலாம்.

ஆகவே, இதுவரை அவன் செல்விக்கு ஃபோன் செய்யவில்லை. திரும்பி வருவதாகச் சொல்லவில்லை. சுவாமி புண்ணியத்தில் ஒழுங்காக நேரத்தில் ஊர் போய்ச் சேர்ந்தால், 'உனக்கு ஒரு இன்ப அதிர்ச்சி கொடுக்கலாமேன்னுதான் சொல்லாமலே கிளம்பி வந்துட்டேன்' என்று சொல்லி அவளைச் சிரிக்க வைக்கலாம்.

விமானம் தனது ஓடுபாதையில் அதிவேகமாக ஓடி, ஜிவ்வென்று மேற்கிளம்பியபோது, அரவிந்தனுக்கு வயிற்றைப் பிசைகிறாற் போலிருந்தது. வழக்கம்போல், கண்களை இறுக மூடிக் கொண்டான்.

ஏனோ, ரொம்பக் களைப்பாக இருந்தது. அப்படியே தூங்கிவிடலாம் என்று நினைத்தான் அரவிந்தன். ஆனால், விமானத்தில் சாப்பாடு போடுவார்களே! அதனால் என்ன? அப்போதைக்கு விழித்துக் கொண்டால் ஆச்சு என்று எண்ணியபடி இருக்கையில் நன்றாகச்

சரிந்து அமர்ந்துகொண்டான் அரவிந்தன். கண்கள் மூடியிருந்தாலும், தூங்கமுடியாதபடி காதுகளுக்குள் பிடிவாதமான விமானச் சப்தம் உறுத்தியது.

ஆனால், விழிப்புக்கும், தூக்கத்துக்கும் இடையிலான இந்தத் திரிசங்கு நிலை அவனுக்குப் பிடித்திருந்தது, வானத்தையும் தொடாமல், தரையிலும் இல்லாமல் நடுவே விரைகிற இந்த விமானத்தைப்போல.

சிறிது நேரத்துக்குப்பின், அவனுடைய காதுகளில் மெலிதாக ஒரு சப்தம் கேட்கிறாற்போலிருந்தது. ‘லப் டப்’ என்கிற இதயச் சப்தம்போல், ஏதோ தொடர்ச்சியான இரட்டைக் கிளவி ஒலி. இன்னும் கூர்ந்து கேட்டபோது, அது ‘லப் டப்’ இல்லை, ‘டொக் டொக்...’ குதிரை ஓடுகிற சப்தம்தான்.

நன்கு அலங்கரிக்கப்பட்ட அந்தத் தேரில், மொத்தம் நான்கு குதிரைகள் பூட்டியிருக்கின்றன. பிரதானமான பகுதியில் அரவிந்தன் கம்பீரமாக அமர்ந்திருக்கிறான். அவனுக்குச் சற்று முன்னால், ஒருவன் விரைவாகக் குதிரைகளைச் செலுத்திக் கொண்டிருக்கிறான்.

‘வேகமாகப் போ’ என்கிறான் அரவிந்தன். சாலையின் இரு புறமும் பசுமை அழகு கொஞ்சும் இயற்கைக் காட்சிகள். ஆனால், அவனுக்குதான் எதையும் பார்க்க நேரமில்லை, பொறுமையில்லை. நன்கு சரிந்து உட்கார்ந்து, கண்களை மூடிக்கொள்கிறான், ‘இன்னும் வேகம்’ என்கிறான் சத்தமாக.

‘நம் குதிரைகள் காற்றின் வேகத்தில் ஓடிக்கொண்டிருக்கின்றன...’ நான்கு குதிரைகளும், அவற்றின் கால்கள் தரையில் படுவதுகூட தெரியாத வேகத்தில் விரைந்துகொண்டிருப்பதைச் சுட்டிக் காட்டுகிறார் அந்த ஓட்டுநர், ‘இதற்குமேல் வேகம் போவது சிரமம்.’

‘அதெல்லாம் எனக்கு தெரியாது’ என்கிறான் அரவிந்தன், ‘எனக்கு தாமதமாகிவிட்டது, வேகமாகப் போ’ என்றபடி இல்லாத சவுக்கைக் காற்றில் முடுக்கிக் காட்டுகிறான்.

‘உங்கள் தாமதத்துக்கு நான் பொறுப்பாகமுடியாது’ என்கிறார் அவர். ‘தயவுசெய்து உங்களுடைய கவலைகளை என்மீது திணிக்கப் பார்க்காதீர்கள். நான் என் குதிரைகளை இதற்குமேல் வதைக்கமாட்டேன்.’

அவர் சொல்வதைக் கேட்டதும், ஆத்திரத்தில் அரவிந்தனுக்குக் கண்கள் சிவக்கிறது, 'என்ன தைரியம்?' என்றபடி இடையிலிருந்து வாளை உருவுகிறான். ஆனால், அவரைக் கொன்றுவிட்டால், ஆளில்லாத ரதத்தில் பயணம் செய்வது எப்படி என்று நினைத்ததும், கோபம் தானாகத் தணிகிறது.

'தவறாக நினைத்துக்கொள்ளாதீர்கள்' என்று குழைகிறான் அரவிந்தன், 'கார்காலத்துக்குள் திரும்பி வருவதாக அவளிடம் சொல்லிவிட்டு வந்திருக்கிறேன். இப்போதே ரொம்ப தாமதமாகிவிட்டது.'

இப்படி அவன் சொல்லிமுடிப்பதற்குள், சடசடவென்று பெருமழை பெய்யத் தொடங்குகிறது, 'ஐயோ, கார்காலம்...' என்று அலறுகிறான் அரவிந்தன்.

'கார்காலம் தொடங்கி ரொம்ப நாளாகிவிட்டது' என்று சிரிக்கிறார் அவர், 'ஆனாலும் நீங்கள் ரொம்ப தாமதம்.'

'ஆமாம், ஆமாம்' என்று அவசரமாக ஒப்புக்கொண்டான் அரவிந்தன், 'எல்லாவற்றிலும் நான் தாமதம்தான். இப்போது நீங்கள் உதவினால்தான், நான் கார்காலம் முடிவதற்குள்ளாவது வீட்டுக்கு சென்று சேர முடியும்.'

'பார்க்கலாம்...' என்று ஒட்டாமல் பேசுகிறார் ரத சாரதி, 'இதெல்லாம் நீங்கள் முன்பே யோசித்திருக்கவேண்டும்.'

'ரொம்ப யோசித்தாகிவிட்டது' என்று சலித்துக்கொள்கிறான் அரவிந்தன், 'ஒரு யுத்தம் தொடங்கிவிட்டால், அது எப்போது முடியும் என்று யார்தான் சொல்லக்கூடும்?'

'அப்படியானால், அதற்குமுன்பே, கார்காலத்தில் திரும்பி வருகிறேன் என்று சத்தியம் செய்வதற்குமுன்பே யோசித்திருக்க வேண்டும்' என்று அவர் சொன்னதும், அரவிந்தன் சட்டென்று மௌனமானான்.

'ஒரு விஷயம் சொல்லுங்கள், இப்போது நீங்கள் வீடு திரும்பத் துடிப்பது, உங்கள் தலைவியை பார்க்கற ஆசையிலா, அல்லது சொன்ன வாக்கை நிறைவேற்றியாகவேண்டும் என்கிற துடிப்பிலா?'

அவருடைய கேள்விக்கு என்ன பதில் சொல்வது என்று தெரியாமல், நகம் கடித்துக்கொண்டிருக்கிறான் அரவிந்தன்.

மழையில் அவனது தேகம் முழுதும் நனைந்து கொண்டிருக்கிறது. இதே மழையைப் பார்த்தபடி, செல்வி தனிமையில் புலம்பிக்கொண்டிருப்பாள் என்று நினைக்கையில், உடல்மீது கொதிக்கும் வெந்நீரை ஊற்றினாற்போலிருக்கிறது.

அந்த விநாடியில், பூமி தொடாமல் ஓடிக்கொண்டிருந்த குதிரைகள், திடுமென்று தரையில் மோதுகின்றன. அதிர்ச்சியில் அரவிந்தனுக்குத் தூக்கிவாரிப்போடுகிறது.

'பெங்களூர் சர்வதேச விமான நிலையம் உங்களை வரவேற்கிறது' என்று ஆங்கிலத்திலும், ஹிந்தியிலும் அறிவிக்கிறாள் ஒருத்தி. வெளியே என்ன வெப்ப நிலை என்று அவள் தசமத் துல்லியத்துடன் தெரிவித்துக்கொண்டிருக்க, ஜன்னலைத் திறந்து பார்த்த அரவிந்தன், தீவிரமாகப் பெய்து கொண்டிருந்த மழையின் வேகத்தில் திகைத்துப்போனான்.

விமானம் சில நிமிடங்களுக்கு ஓடுபாதையில் விரைவாக ஓடி, பின்னர் வேகம் குறைந்து நகர்ந்தது. கண்ணாடிமயமான விமான நிலையக் கட்டடத்திற்குப் பாதுகாப்பான தூரத்தில் அது நின்றதும், படிகள் பொருத்தப்பட்டன.

படிகளில் இறங்கி, காத்திருந்த சிற்றுந்தில் ஏறிக்கொள்வதற்குள், அரவிந்தன் நன்றாக நனைந்துவிட்டான். ஆனால், இந்த மழை, வெந்நீராக இல்லாமல், குளிர்வாகத் தாலாட்டியது.

இரண்டு நிமிடச் சிற்றுந்துப் பயணத்தின் முடிவில், விமான நிலையக் கட்டட வாசலில் இறங்கிக்கொண்டான் அரவிந்தன். இப்போது, ஆட்டோவோ, டாக்ஸியோ பிடிப்பதற்காக வெளியே சென்றால், மீண்டும் நனைய நேரிடும்.

'நனையலாம், என்ன போச்சு?' என்றபடி வெளியேறி வந்தான் அரவிந்தன். ஆசையாகத் தழுவும் மழைத்துளிகளை அலட்சியப் படுத்தியபடி, டாக்ஸி ஸ்டாண்டை நோக்கி நடந்தான். ஆனால், இந்த மழையில் அங்கே ஒரு வண்டிகூட இருப்பதாகத் தெரியவில்லை.

ஓரமாக இருந்த சிறு கட்டடத்தின் மறைவில் ஒதுங்கிக் கொண்டபடி, வீடு செல்லும் அடுத்த ரதத்துக்காகக் காத்திருக்கிறான் அரவிந்தன். மழை அடித்துப் பெய்துகொண்டிருக்கிறது.

———

அனைத்து முக்கிய புத்தகக் கடைகள், துணிக்கடைகள் மற்றும் சூப்பர் மார்க்கெட்டுகளிலும் கிழக்கு பதிப்பகத்தின் புத்தகங்கள் விற்பனைக்குக் கிடைக்கும்.

ஆன்லைனில் புத்தகங்கள் வாங்க
www.nhm.in/shop

போன் மூலம் புத்தகம் வாங்க

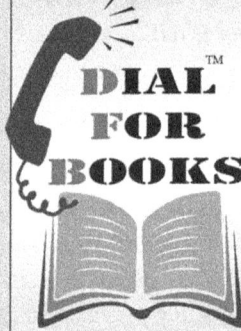

94459 01234

DIAL FOR BOOKS ™

9445 97 97 97

- இந்தியாவில் எங்கிருந்தாலும் போன் மூலமாக புத்தகம் வாங்கலாம்.
- புத்தகங்கள் வி.பி.பி யில் மட்டுமே அனுப்பி வைக்கப்படும்.
- கொரியர் மூலமாக வாங்க எங்களைத் தொடர்பு கொள்ளவும்.

மேலதிக விபரங்களுக்கு எங்களைத் தொடர்புகொள்ளவும்.

94459 01234, 9445 97 97 97

*நிபந்தனைக்குட்பட்டது.

www.ingramcontent.com/pod-product-compliance
Lightning Source LLC
LaVergne TN
LVHW041325080426
835513LV00008B/591
9789386737045